國立政治大學外國語文學院

進階外語 越南語 篇

國立政治大學

陳凰鳳 著

緣起

　　國立政治大學外國語文學院自民國 108 年起執行教育部「高教深耕計畫」，以教育部「北區大學外文中心計畫」完成之基礎外語教材為基底，賡續推動《進階外語》，目的在能夠提供全國大專院校學生更多元學習外語的自學管道。本計畫主要由本院英國語文學系招靜琪老師帶領，第一階段首先開發日語、韓語、土耳其語、俄語、越南語等 5 語種之基礎教材，第二階段繼續完成上述 5 語種之進階教材。為確保教材之品質，5 語種之進階教材皆各由 2 位匿名審查人審核通過。

　　5 語種教材之製作團隊由本院 10 餘位教授群親自策畫與撰寫，此外本校學生亦參與部分編輯、製作等工作。除內容力求保有本院實體課程一貫之紮實與豐富性之外，也強調創新實用與活潑生動。進階課程為針對具語言基礎者量身打造，深入淺出，不論是語言教學重點如字母、句型、文法、閱讀、聽力等，或相關主題如語言應用、文化歷史介紹、日常生活等，皆以活用為目的。

　　本套教材除可供自學，亦適用於國內大專院校、技職學校、高中 AP 課程、甚至相關機構單位，期望能提高語言學習成效，並將外語學習帶入嶄新的里程碑。

國立政治大學外國語文學院院長

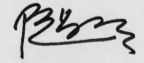

序

　　台灣是個多元文化、多元族群的社會，更擁有一個良好的教育環境。台灣年輕人對外來文化也抱著好奇心與欣賞的態度去探索，因此近幾年來想學習越南語的學生越來越多。國立政治大學外語學院多年來一直在語言學習上維持提供全校學生一個多元的語言學習環境，從少數語言到大眾語言，在這裡學生都能找到具有興趣學習的語言。至於越南語，從 2006 年起，政大外語學院外文中心就已經開班授課，接著台灣其他各個大學也陸續提供越南語課程給學生選修。因此，越南語的語言教材也因為教學與學習而產生了很大的需求。雖然目前在市面上，各個基礎課程的教材已能夠滿足基礎學習階段的需求，但進階課程並未能找到更適合的教材。因此政大外語學院此次推出越南語進階課程教材，是希望提供給教師和學生一個實用與適切的語言學習工具。

　　此教材除了選用一般生活實用的主題，又帶著濃厚的越南文化色彩，把生活趣味與傳統文化思想交融在每課內容當中。除此之外，課程的設計採取由淺至深的方式，並搭配精美的排版印刷，都是為了讓學生能夠輕鬆地學習並達到學習的效果。相信這樣的進階教材，不管是自修或在課堂上學習都非常適合。

　　至於每一課的課程，從閱讀、會話、語法說明到測驗、練習之安排都很有邏輯且具連貫性，甚至教材設計也很注重聽力與寫作活動，特別安排每一課、每個主題都有聽力與寫作練習，期使語言學習的聽、說、讀、寫各方面都能一次兼顧。

　　由於個人在語言教學已有超過十六年的經驗，博士班攻讀的也是課程與教學，因此非常了解教師和學生在語言學習的互動過程中很需要怎麼樣的媒介，所以在設計此教材時盡可能考量整體「教」與「學」的需求。希望這本越南語進階課程之教材，可以成為授課的老師及其學生最有幫助的工具。

台北 2020 年 09 月

目次

附錄

MEMO

Bài 1 Sức khỏe
第一課 健康

本課學習目標

（一）學習閱讀新聞報導式的文章
（二）以訪問的方式認識較有深度的會話內容
（三）認識語法：
　　　hay (hay là)、hoặc (hoặc là)
　　　形容詞或心理活動的動詞 + **nhất**
　　　主語 + **chưa** + 動詞 + **bao giờ**
　　　Néu + 主語 1 + 動詞 1（形容詞 1），**thì** + 主語 2 + 動詞 2（形容詞 2）
（四）參考範例句子
（五）以習題來練習使用本課語法
（六）以報導方式引導練習，並培養聽力、書寫能力
（七）以寫作來提升作文能力

A. Bài đọc / 課文

Cần hiểu đúng về giá trị dinh dưỡng của mì tôm

Đối với những người thường xuyên thức khuya làm việc hoặc học hành vào ban đêm, thì một gói mì tôm nấu với một quả trứng gà có thể làm cho họ tỉnh táo và thỏa mãn cơn đói vào giữa đêm khuya. Tuy nhiên theo báo Sài gòn Giải phóng đưa tin, mì ăn liền (mì tôm) mặc dù đang trở thành loại thực phẩm rất phổ biến trong đời sống hàng ngày, nhưng chất lượng và giá trị dinh dưỡng của loại thực phẩm này đối với sức khỏe rất đáng lo ngại.

Theo PGS-TS (Phó giáo sư tiến sĩ) Phan Thị Sửu, Giám đốc Trung tâm Kỹ thuật an toàn vệ sinh thực phẩm Việt Nam cho biết, thành phần chính của mì ăn liền chứa rất nhiều chất béo bão hòa, chất bột, ít chất xơ. Mì ăn liền được chiên trong dầu shorterning ở nhiệt độ cao nên dầu dễ bị oxy hóa và nếu dầu dùng để chiên đi chiên lại nhiều lần sẽ có khả năng tạo ra các chất béo làm tăng cholesterol, gây xơ vữa động mạch, giảm sự lưu thông của máu, từ đó làm tăng nguy cơ bị các bệnh tim mạch, đột quỵ.

Bà Lê Bạch Mai, Phó Viện trưởng Viện Dinh dưỡng Quốc gia cho biết thêm, qua khảo sát một số nhãn sản phẩm mì tôm phổ biến nhất trên thị trường cho thấy, hàm lượng protein trong mỗi gói mì ăn liền chỉ đạt dưới 10% khẩu phần năng lượng, thiếu đạm động vật và vitamin từ rau quả, mất cân bằng về giá trị dinh dưỡng. Nếu ăn nhiều mì tôm thay thế bữa ăn hàng ngày sẽ dẫn đến thiếu máu, chậm phát triển, suy dinh dưỡng, thiếu vitamin, trong khi nguy cơ béo phì cũng tăng hơn.

Từ mới bài đọc 課文生詞

MP3-002

1. giá trị 價值
2. dinh dưỡng 營養
3. mì tôm / mì gói / mì ăn liền 泡麵 / 速食麵
4. học hành 讀書 / 唸書（k 書）
5. quả trứng gà 雞蛋
6. tỉnh táo 清醒 / 有精神
7. thỏa mãn 滿足
8. cơn đói 饑餓
9. báo Sài gòn Giải phóng 西貢解放日報
10. phổ biến 普遍
11. trong đời sống hàng ngày 每天生活中
12. mặc dù 儘管 / 即使
13. chất lượng 品質 / 質量
14. đáng lo ngại 令人擔憂
15. phó giáo sư tiến sĩ 副教授
16. giám đốc 主任 / 經理

17. trung tâm 中心
18. kỹ thuật an toàn vệ sinh thực phẩm 食品衛生安全技術
19. chất béo bão hòa 飽和脂肪
20. chất bột 澱粉
21. chất xơ 纖維
22. làm tăng 增加
23. gây 引起
24. xơ vữa động mạch 動脈硬化
25. nguy cơ 危機
26. dẫn đến 導致
27. bệnh tim mạch 心臟疾病
28. đột quỵ 中風
29. Viện Dinh dưỡng Quốc gia 國家營養管理研究院
30. hàm lượng 含量
31. khẩu phần 攝取份量
32. trong khi 那同時 / 正當……的時候 / 相對的

讀後思考問題

Sau khi đọc hiểu bài đọc, bạn hãy cho biết suy nghĩ của bạn về:

1. Thức ăn đối với sức khỏe.

2. Nhu cầu và xu hướng ăn uống của người hiện đại.

3. Sự phát triển và việc quản lý ngành công nghệ thực phẩm hiện nay.

B. Hội thoại　會話

Phóng viên phỏng vấn một người đi đường về thói quen ăn uống hằng ngày của anh ta.

記者訪問一位路人有關他的日常飲食習慣。

Phóng viên: Xin chào anh, anh có thể cho tôi phỏng vấn một vài câu hỏi về "Thói quen ăn uống hàng ngày" không ạ?

Người được phỏng vấn: Dạ, được ạ.

Phóng viên: Xin hỏi anh, mỗi ngày anh thường dùng bao nhiêu bữa?

Người được phỏng vấn: Ồ, có khi ba bữa hoặc bốn bữa, không nhất định.

Phóng viên: Thế anh chủ yếu thường dùng cơm ở nhà hay ở bên ngoài?

Người được phỏng vấn: Đa phần là ở bên ngoài, vì tôi sống độc thân nên rất ít khi nấu nướng.

Phóng viên: Vậy à, thế mỗi ngày anh thường ăn chủ yếu là các thức ăn gì?

Người được phỏng vấn: À, có khi là ăn cơm, có khi là ăn phở.

Phóng viên: Thế anh có thường ăn mì tôm không?

Người được phỏng vấn: Ồ, rất thường, khi tôi phải thức khuya làm việc thì mì tôm là món ăn khoái khẩu nhất.

Phóng viên: Thế anh có biết rõ về chất lượng và giá trị dinh dưỡng của mì tôm không?

Người được phỏng vấn: Ồ, tôi chỉ biết đây là loại thức ăn đơn giản, nhanh gọn và dễ nấu.

Phóng viên: Thế bình quân anh dùng mì tôm bao lâu một lần?

Người được phỏng vấn: Một hai ngày một lần.

Phóng viên: Theo như báo cáo của Trung tâm Kỹ thuật an toàn vệ sinh thực phẩm thì nếu thường xuyên ăn mì tôm sẽ không tốt cho sức khỏe.

Người được phỏng vấn: Ồ, vậy à, tôi chưa nghĩ đến vấn đề này bao giờ.

Phóng viên: Thế sau này anh có giảm bớt việc ăn mì tôm không?

Người được phỏng vấn: Ưm, có lẽ, nhưng tôi nghĩ nếu mì tôm có hại cho sức khỏe thì nên cấm sản xuất mì tôm mới phải chứ!

Phóng viên: Vâng, xin cảm ơn anh về các câu trả lời.

Người được phỏng vấn: Không có chi. Chào chị.

Từ mới hội thoại　會話生詞

1. phỏng vấn　訪問
2. thói quen ăn uống　飲食習慣
3. bữa　餐
4. dùng cơm ở nhà　在家用餐
5. dùng cơm ở bên ngoài　在外面用餐（外食）
6. sống độc thân　單身生活
7. bình quân　平均
8. cấm　禁止
9. sản xuất　生產

C.　Ngữ pháp　語法

1. hay (hay là) 或 hoặc (hoặc là)

　　hay (hay là) 出現在疑問句中，是疑問代詞，相當於中文的「還是」，通常用在詢問「在兩者以上的人事物之間做出選擇」的問題。

例如：

1. Anh thích ăn phở **hay là** mì ăn liền? 你喜歡吃河粉還是泡麵？

　　回答此問題的答案有可能是：

a. Dạ, phở. 是，河粉。

b. Dạ, mì ăn liền. 是，泡麵。

c. Dạ, cả hai đều thích. 是，兩者都喜歡。

d. Dạ, cả hai đều không thích. 是，兩者都不喜歡。

2. Chị thường dùng cơm ở nhà **hay** ở bên ngoài? 你通常在家用餐還是在外用餐？

　　回答此問題的答案有可能是：

a. Dạ, ở nhà. 是，在家。

b. Dạ, ở bên ngoài. 是，在外面。

c. Dạ, cả hai đều rất thường. 是，兩者都很常。

d. Dạ, cả hai đều không thường. 是，兩者都不常。

3. Bà sẽ ăn ở đây **hay** mua mang về? 您會內用還是外帶？

　　回答此問題的答案有可能是：

a. Dạ, ăn ở đây. 是，內用。

b. Dạ, mua mang về. 是，外帶。

c. Dạ, cả hai đều đúng. 是，兩者都是。

d. Dạ, cả hai đều không đúng. 是，兩者都不是。

hoặc (hoặc là) 則出現在一般敘述的句子中，連接詞 hoặc (hoặc là) 相當於中文的「或」（有時也有人用 hay 在一般要選擇的句子中表示「或」的意思），一般表示在兩者（以上）之間，任何一者都可以選擇。

例如：1.Có khi tôi ăn phở **hoặc** là mì ăn liền. 有時候我吃河粉或是泡麵。

　　　2.Vào ngày chủ nhật chị ấy thường đi ra ngoài ăn cơm **hoặc** mua về nhà ăn.
　　　　星期日的時候她通常外出用餐或買回家吃。

　　　3.Ăn ở đây **hay** là mua mang về đều được. 內用或外帶都可以。

2. 形容詞或心理活動的動詞 + nhất

　　nhất 在句子中位於形容詞或心理活動的動詞後方，相當於中文的「最」，表示該形容詞或動詞處於最高的程度。

例如：1.Món ăn có giá trị dinh dưỡng **thấp nhất** chính là mì ăn liền.
　　　　營養價值最低的食物就是泡麵。

　　　2.Chị ấy **thích** ăn món phở bò **nhất**. 她最喜歡吃牛肉河粉。

　　　3.Món ăn **hợp khẩu vị** của chị ấy **nhất** là bánh mì kẹp thịt.
　　　　最合她胃口的菜餚就是法國麵包夾肉。

3. 「主語 + chưa + 動詞 + bao giờ」或「主語 + chưa bao giờ + 動詞」或「chưa bao giờ + 主語 + 動詞」

　　chưa bao giờ 在句子中相當於中文的「從未 / 從來沒有」，表示從過去到目前沒有做過或經歷過的某動作 / 行為或事情，此說法是非絕對的說法，也表示未來或許會嘗試進行該動作 / 行為或事情。

例如：1.Tôi **chưa** nghĩ đến việc này **bao giờ**. 我從未想到這件事。

　　　2.Chị ấy **chưa bao giờ** ăn các thức ăn không có giá trị dinh dưỡng.

　　　　她從沒吃過沒有營養價值的食物。

　　　3.**Chưa bao giờ** anh ấy đi ra ngoài dùng cơm. 他從來沒有外出用餐。

4. Nếu + 主語₁ + 動詞₁（形容詞₁）, thì + 主語₂ + 動詞₂（形容詞₂）

　　連接詞 **Nếu** 在句子中相當於中文的「假如／如果」，於兩句子間通常搭配 **thì** 使用，表示兩個子句之間的因果關係。**Nếu** 通常在「因」的子句，而 **thì** 在「果」的子句前方。

例如：1.**Nếu** không có thời gian **thì** tôi ăn mì ăn liền. 如果沒有時間我就吃泡麵。

　　　2.**Nếu** ăn nhiều mì tôm **thì** sẽ thiếu dinh dưỡng. 如果吃很多泡麵就會營養不良。

＊另外，如果想把「因」與「果」子句位置顛倒，則可以省略 **thì**。

例如：1.Anh ấy sẽ không ăn mì tôm **nếu** biết mì tôm có hại cho sức khỏe.

　　　　他不會吃泡麵，如果知道泡麵對健康有害。

　　　2.Bà ấy sẽ đi ra ngoài **nếu** trời không mưa. 她會外出，如果沒有下雨。

Câu mẫu　例句

請在例句的劃線處替換其他適合的詞彙來造新的句子。

1. Anh cho rằng <u>mì ăn liền</u> có hại hay có lợi cho <u>sức khỏe</u>?

   （你認為吃泡麵對健康有害還是有益呢？）

   _____

2. Thức ăn mà em <u>thích ăn</u> nhất là <u>trứng gà</u>.

   （我最喜歡吃的就是雞蛋。）

   _____

3. Anh ấy chưa bao giờ ăn <u>mì ăn liền</u>.

   （他從來沒有吃過泡麵。）

   _____

4. Nếu <u>thức khuya</u> thì em thường <u>ăn mì gói</u>.

   （如果熬夜我就常吃泡麵。）

   _____

5. Khi còn là sinh viên em chưa bao giờ <u>thức khuya</u>.

   （當我還是大學生時從來沒有熬過夜。）

   _____

6. Nếu có <u>tiền</u> thì anh sẽ <u>làm gì</u>?

   （如果有錢你會做什麼？）

   _____

7. Nếu chưa <u>no</u> thì em sẽ <u>ăn thêm mì ăn liền</u>.

   （如果還沒飽我就會再吃泡麵。）

   _____

8. Anh ấy nói <u>mẹ</u> chưa bao giờ <u>ăn khuya</u>.

（他說媽媽從來沒有吃過宵夜。）

_____

9. Mỗi <u>ngày</u> em ăn <u>ba bữa</u> hay <u>bốn bữa</u>?

（妳每天吃三餐還是四餐？）

_____

10. Em thích nhất là <u>đi ra ngoài</u> dùng cơm.

（我最喜歡的就是外出用餐。）

_____

D. Bài luyện tập   練習

1. 請看圖並以「**hay (hay là)** 或 **hoặc (hoặc là)**」來完成句子。

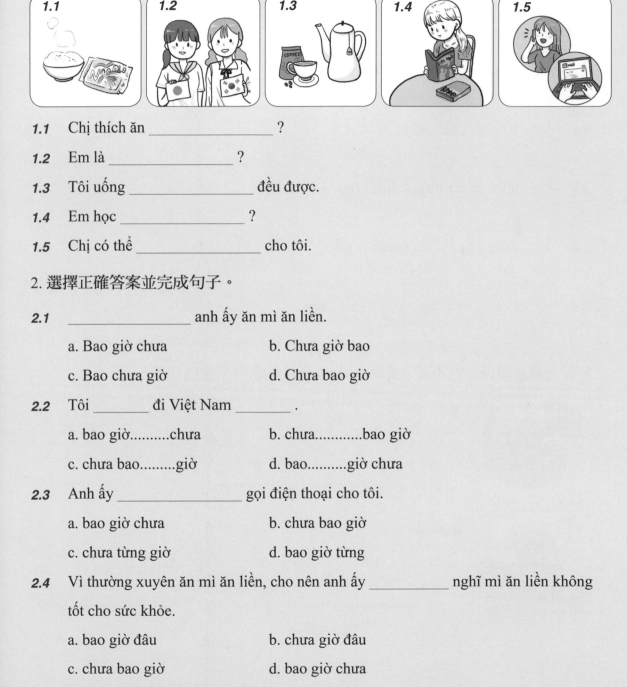

1.1 Chị thích ăn _____ ?

1.2 Em là _____ ?

1.3 Tôi uống _____ đều được.

1.4 Em học _____ ?

1.5 Chị có thể _____ cho tôi.

2. 選擇正確答案並完成句子。

2.1 _____ anh ấy ăn mì ăn liền.

    a. Bao giờ chưa   b. Chưa giờ bao

    c. Bao chưa giờ   d. Chưa bao giờ

2.2 Tôi _____ đi Việt Nam _____ .

    a. bao giờ..........chưa   b. chưa............bao giờ

    c. chưa bao.........giờ   d. bao..........giờ chưa

2.3 Anh ấy _____ gọi điện thoại cho tôi.

    a. bao giờ chưa   b. chưa bao giờ

    c. chưa từng giờ   d. bao giờ từng

2.4 Vì thường xuyên ăn mì ăn liền, cho nên anh ấy _____ nghĩ mì ăn liền không

    tốt cho sức khỏe.

    a. bao giờ đâu   b. chưa giờ đâu

    c. chưa bao giờ   d. bao giờ chưa

2.5 _____ chị ấy mời tôi ăn cơm.

    a. Chưa bao giờ   b. Chưa giờ đâu

    c. Bao giờ chưa   d. Bao giờ đâu

3. 重組下列句子。

3.1 anh / thích / ấy / là / nhất / bò / phở.

_____

3.2 đẹp / ở / chị / nhất / đây / là / người / ấy.

_____

3.3 nay / hôm / ngày / bận / nhất / rộn / là.

_____

3.4 ông / thích / ấy / phim / xem / nhất.

_____

3.5 mì / là / lợi / tôm / ăn / món / nhất / tiện.

_____

4. 請看圖及所提示的語詞，並以「**nếu... thì**」的組合來完成句子。

4.1 chị ấy

_____

_____

4.2 anh ấy

_____

_____

4.3　bà ấy

_____

_____

4.4　ông ấy

_____

_____

4.5　ba

_____

_____

5. 請用「...nếu...」結構來完成下列句子。

5.1　Mẹ sẽ đi ra ngoài ăn cơm_____

_____

5.2　Anh ấy phải thức khuya_____

_____

5.3　Chuyên gia cho rằng chúng ta sẽ có sức khỏe tốt_____

_____

5.4　Ông Nam phải đến bệnh viện tái khám_____

_____

5.5　Phải cho trẻ em ăn những thức ăn dinh dưỡng_____

_____

E.　Bài trắc nghiệm　測驗

請仔細聆聽並回答以下的問題。

1. 是非題：請仔細聆聽並回答問題。

1.1　Mì ăn liền chỉ cần nấu trong ba phút thì có thể ăn ngay.

_____

1.2　Cho dù bạn chưa bao giờ ăn mì ăn liền, bạn cũng biết mì ăn liền rất tiện lợi.

_____

1.3　Nấu một tô mì ăn liền không tiện lợi và nhanh chóng.

_____

1.4　Mì ăn liền có nhiều đạm động vật và vitamin.

_____

1.5　Nếu ăn nhiều mì ăn liền sẽ dẫn đến thiếu máu.

_____

1.6　Dùng một bữa cơm có đủ thành phần dinh dưỡng sẽ tốt cho sức khỏe.

_____

2. 填充題：請仔細聆聽並完成以下的句子。

2.1　Nếu bạn không có thời gian thì một tô mì ăn liền sẽ là bữa ăn tiện lợi và _____ nhất.

2.2　_____ mì ăn liền thiếu đạm động vật và vitamin từ rau quả.

2.3　Bạn nên dành chút thời gian để mà dùng _____ có đủ thành phần dinh dưỡng.

2.4　Nếu ăn nhiều _____ thay thế bữa ăn hàng ngày thì sẽ dẫn đến thiếu máu.

2.5　Chỉ _____ bạn sẽ có ngay một tô mì nóng hổi thơm ngon.

F. Bài viết 寫作

請針對下列的主題寫一篇六百個字以上的文章。

Hãy viết một bài văn ngắn về thói quen ăn uống hằng ngày và sự ảnh hưởng của nó tới sức khỏe của bạn hoặc người quen.

_____

_____

_____

_____

_____

_____

_____

_____

_____

_____

_____

_____

_____

_____

MEMO

Bài 2　Gia đình
第二課　家庭

本課學習目標

（一）學習閱讀新聞報導式的文章
（二）以訪問的方式認識較有深度的會話內容
（三）認識語法：
　　　「để + 動詞 / 句子」、「để + 名詞」、「để（或 để cho）+ 句子」
　　　主語 + **trở thành** + 名詞
　　　子句 A + **trừ khi** + 子句 B
　　　子句 A + **đến mức** + 子句 B
（四）參考範例句子
（五）以習題來練習使用本課語法
（六）以報導方式引導練習，並培養聽力、書寫能力
（七）以寫作來提升作文能力

MP3-006

A. Bài đọc　課文

"Khoản riêng": Sao cho vừa đủ?

Nhiều người phụ nữ sau khi kết hôn thường nghĩ rằng mình là chủ gia đình, cần nắm giữ hết tiền bạc, kiểm soát mọi chi tiêu trong gia đình thì mới thực sự là "vợ" của anh ta. Trong khi đó các anh chồng lại nghĩ sao về các khoản riêng?

Trong một bài báo các chuyên gia tư vấn có đề cập, thông thường với các hình mẫu gia đình cả hai vợ chồng đều đi làm như hiện nay, trước khi cưới, mỗi bên đều có tài khoản riêng, đều có những khoản tiết kiệm của riêng mình. Khi kết hôn, cuộc sống hôn nhân kết nối hai con người lại với nhau. Tuy nhiên, nếu nghĩ rằng như thế thì hoàn toàn có nghĩa là mọi thứ trở thành của chung, thì đúng là... hoang tưởng. Chỉ một thời gian ngắn, chắc chắn mỗi người đều sẽ cảm thấy quá tù túng nếu như nhất nhất chuyện gì cũng phải "công khai minh bạch", phải "hỏi ý kiến bạn đời", đồng thuận mới được chi.

Trong cuộc sống gia đình hai vợ chồng thường phải đối diện với nhiều vấn đề thực tế có liên quan đến tiền bạc, vì vậy các chuyên gia còn đưa ra lời khuyên cho các đôi vợ chồng trong trường hợp này thì cả hai nên có sự bàn thảo với nhau, để đưa ra mức đóng góp những khoản chi chung cho gia đình hợp lý. Còn lại, việc có một khoản riêng vừa phải để cả hai chủ động chi dùng thì không có gì là đáng căng thẳng ở đây.

Các chuyên gia tư vấn còn nói thêm, chỉ trừ khi khoản tiền riêng này quá nhiều, quá lớn, đến mức hai vợ chồng như là hai "chủ thể độc lập", còn lại, khoản riêng hiếm khi là nguyên nhân chính "làm hư" các anh chồng.

MP3-007

Từ mới bài đọc 課文生詞

1. khoản riêng / khoản tiền riêng 私房錢
2. chủ gia đình 一家之主
3. nắm giữ 掌握
4. tiền bạc 金錢
5. kiểm soát 掌管 / 掌控
6. chi tiêu 支出
7. thực sự 真正
8. đề cập 提及
9. hình mẫu gia đình 家庭模式
10. tài khoản riêng 私人帳戶 / 私人帳款
11. khoản tiết kiệm 存款
12. kết nối 結合
13. có nghĩa là 意思是 / 代表是
14. tù túng 拘束 / 拘囚
15. nhất nhất 一一
16. công khai 公開
17. minh bạch 明白
18. ý kiến 意見
19. bạn đời 另一半

20. đồng thuận 同意
21. đối diện 面對
22. thực tế 實際
23. có liên quan 有關
24. đưa ra 提出
25. lời khuyên 勸告
26. sự bàn thảo / sự thảo luận 討論（名詞）
27. mức đóng góp 提供的金額 / 負擔的 金額 / 貢獻的標準
28. hợp lý 合理
29. vừa phải 剛好
30. chủ động 主動
31. đáng căng thẳng 值得緊張 / 值得擔心
32. trừ khi / trừ phi 除非
33. đến mức / đến nỗi 以致 / 至於
34. chủ thể độc lập 獨立個體
35. hiếm khi 少有
36. nguyên nhân chính 主要原因
37. làm hư 教壞 / 使……學壞

 讀後思考問題

Sau khi đọc hiểu bài đọc, bạn hãy cho biết suy nghĩ của bạn về:

1. Vợ chồng nên dùng tiền chung hay tiền riêng? Tại sao?

2. Tiền bạc có ảnh hưởng gì đối với hôn nhân?

3. Phụ nữ cũng nên có khả năng kiếm tiền sau khi kết hôn.

B. Hội thoại   會話

Phóng viên phỏng vấn một người đi đường về quan niệm cuộc sống gia đình của chị ấy.

記者訪問一位路人有關她的家庭生活觀念。

Phóng viên: Xin chào chị, tôi là phóng viên báo Phụ Nữ, chị có vui lòng cho chúng tôi hỏi một vài câu hỏi về cuộc sống sinh hoạt trong gia đình chị không ạ?

Người nhận phỏng vấn: Ồ, Chị muốn hỏi về những vấn đề gì ạ?

Phóng viên: Chủ yếu là thói quen chi tiêu và quan niệm về các khoản riêng của vợ chồng.

Người nhận phỏng vấn: Ồ, thế à! Tôi sẽ cố gắng trả lời các câu hỏi của chị.

Phóng viên: Xin cảm ơn chị, xin hỏi chị đã kết hôn chưa ạ?

Người nhận phỏng vấn: Tôi đã kết hôn 3 năm rồi.

Phóng viên: Thế anh chị đều có đi làm phải không ạ?

Người nhận phỏng vấn: Dạ, chúng tôi đều làm việc ở một công ty tư nhân.

Phóng viên: Thế trong gia đình chị, ai là người nắm giữ và quản lý việc chi tiêu?

Người nhận phỏng vấn: Chủ yếu là do tôi quản lý.

Phóng viên: Chị có cho rằng chồng chị có khoản tiền riêng không ạ?

Người nhận phỏng vấn: Ồ, điều này thì tôi không chắc chắn lắm, tuy nhiên mỗi ngày tôi đều đưa tiền xài vặt cho anh ấy.

Phóng viên: Nếu anh ấy có khoản tiền riêng thì chị nghĩ sao?

Người nhận phỏng vấn: Ồ, tôi cũng không biết, nhưng nếu khoản riêng của anh ấy chỉ là một khoản tiền nhỏ thì chắc cũng không sao cả, anh ấy có thể mua sắm những gì anh ấy cần mà không cần phải báo cáo với tôi.

Phóng viên: Chị có cho rằng đàn ông có tiền riêng thì dễ sinh tật không?

Người nhận phỏng vấn: Tôi nghĩ nếu chỉ là một khoản tiền nhỏ thì không đến nỗi nào. Anh ấy cũng nên có một chút tự do trong việc tiêu xài chứ!

Phóng viên: Vâng, xin cảm ơn chị về các câu trả lời.

Người nhận phỏng vấn: Không có gì ạ. Chào chị.

Từ mới hội thoại 會話生詞

1. phóng viên 記者
2. báo Phụ Nữ 婦女報
3. quan niệm 觀念
4. công ty tư nhân 私人公司
5. chắc chắn 確定 / 一定
6. báo cáo 報告
7. đàn ông 男人
8. sinh tật 出毛病 / 做壞事 / 學壞 / 搞怪
9. không đến nỗi nào 不至於怎樣
10. tiêu xài 支出 / 揮霍

C. Ngữ pháp　語法

1. Để 的使用

1.1 để + 動詞

　　để 在句子中位於動詞／句子前方，相當於中文的「為了／用來」或「用以／用做」。在此句型中，主語通常是為了在「**để**」後方的目的，想進行某個行為或動作，而目的也是一個行為或動作。

例如：1.Họ cùng bàn thảo **để** đưa ra ý kiến chung. 他們一起討論來提出共同的意見。

　　　2.Chị ấy dùng khoản tiền riêng **để** mua sắm. 她用私房錢來購物。

　　　3.**Để** kiểm soát chồng, chị ấy luôn kiểm tra điện thoại di động của anh ấy.
　　　　為了掌控丈夫，她總是查看他的手機。

1.2 để + 名詞

　　để 在句子中位於名詞前方，相當於中文的「放置／留／轉讓」，此時 **để** 就是動詞。

例如：1.Chị ấy không biết chồng **để** các khoản tiền riêng ở đâu?
　　　　她不知道先生把私房錢放哪裡？

　　　2.Chị ấy không thích anh ấy **để** râu. 她不喜歡他留鬍子。

　　　3.**Để** cái tủ lạnh này lại cho anh với giá rẻ thôi!
　　　　以很便宜的價錢把這個冰箱轉讓給你喔！

1.3 để（或 để cho）+ 句子

　　để（或 để cho） 在句子中位於人稱代名詞或名詞前方，相當於中文的「讓」。

例如：1.Xin **để** cho tôi yên. 請讓我靜一靜。

　　　2.**Để** tôi giúp chị một tay. 讓我幫妳一手（幫妳忙）。

　　　3.**Để** công việc tiến hành suôn sẻ, anh ấy đã chuẩn bị tài liệu trước.
　　　　讓工作順暢地進行，他已事先把資料準備好了。

2. 主語 + trở thành + 名詞

　　trở thành　在句子中位於名詞前方，相當於中文的「成為」，表示主語想成為某一人、事、物或現象。

例如：1.Bà ấy muốn **trở thành** một chuyên gia tư vấn hôn nhân.

　　　　她想要成為一位婚姻諮詢專家。

　　　2.Chị ấy lo lắng khoản riêng sẽ **trở thành** nguyên nhân chính làm hư chồng.

　　　　她擔心私房錢會成為使先生學壞的主要原因。

　　　3.Sau khi kết hôn chị ấy **trở thành** chủ gia đình.　結婚之後她成為一家之主。

3. 連接詞 trừ khi / trừ phi

　　此句型為「**子句 A + trừ khi / trừ phi + 子句 B**」，**trừ khi** 在句子中位於兩個子句之間，相當於中文的「除非」。

例如：1.Bà ấy thường nghe theo lời khuyên của tôi, **trừ phi** bà ấy cảm thấy không hợp lý.　她常聽我的勸告，除非她覺得不合理。

　　　2.Anh ấy không thường đề cập đến các khoản tiết kiệm, **trừ khi** anh ấy rất cần tiền.　他不常提及存款，除非他很需要錢。

　　　3.Bà ấy hiếm khi chi tiêu, **trừ khi** bà ấy cảm thấy rất cần.

　　　　她少有支出，除非她覺得很需要。

4. 連接詞 đến mức / đến nỗi

　　此句型為「**子句 A + đến mức / đến nỗi + 子句 B**」，**đến mức / đến nỗi** 在句子中位於兩個子句之間，相當於中文的「以致 / 至於」。

例如：1.Chị ấy kiểm soát hết tiền bạc trong gia đình **đến mức** anh ấy cảm thấy quá tù túng.　她掌管家中所有錢財以致他覺得生活太拘束。

　　　2.Em ấy căng thẳng **đến nỗi** không thở được.　他緊張以致於（到）無法呼吸。

Câu mẫu　例句

請在例句的劃線處替換其他適合的詞彙來造新的句子。

1. Anh ấy không nghe ý kiến của ai cả, trừ phi đó là ý kiến của người bạn đời.
   （他不聽任何人的意見，除非那是另一半的意見。）

   _____

2. Chị ấy đưa ra ý kiến thực tế đến mức ai cũng đồng ý.
   （她提出很實際的意見以致於誰都同意。）

   _____

3. Bà ấy muốn nắm giữ tiền bạc để dễ kiểm soát chồng.
   （她想掌管金錢，為了容易掌控丈夫。）

   _____

4. Anh ấy mong muốn chị ấy sẽ trở thành người bạn đời của anh ấy.
   （他期望她會成為他的另一半。）

   _____

5. Hôn nhân kết nối hai con người trở thành một thể.
   （婚姻結合兩個人成為一體。）

   _____

6. Chị ấy không muốn để chồng biết về tài khoản riêng của mình.
   （她不想讓他先生知道有關她私人帳戶的事情。）

   _____

7. Anh ấy muốn có <u>một khoản riêng</u> để có thể <u>chủ động chi tiêu</u>.

（他想有一筆私房錢，為了可以自主支出。）

_____

8. Họ không muốn công khai <u>quan hệ của mình</u> trừ phi sẽ kết hôn.

（他們不想公開他們的關係除非要結婚。）

_____

9. Anh ấy cảm thấy cuộc sống gia đình <u>tù túng</u> đến nỗi muốn <u>ly hôn</u>.

（他覺得家庭生活拘束以致於想離婚。）

_____

10. Để vợ chồng <u>hiểu nhau</u> chị ấy luôn luôn chủ động <u>công khai mọi thứ</u>.

（為了讓夫妻互相暸解，她總是主動公開一切。）

_____

D. Bài luyện tập   練習

1. 請看圖並來完成句子。

1.1   Chị ấy buồn đến nỗi _____ .

1.2   Anh ấy bận đến nỗi không có thời gian _____ .

1.3   Tôi uống nhiều trà đến mức _____ .

1.4   Em ấy căng thẳng đến mức _____ .

1.5   Anh ấy khỏe đến nỗi có thể ăn hết cả một _____ .

2. 選擇正確答案並完成句子。

2.1   Chị ấy muốn trở thành _____ .

    a. vui vẻ   b. giàu có

    c. vợ anh ấy   d. có tiền

2.2   Sau nhiều năm làm việc tôi trở thành _____ .

    a. chuyên gia   b. công khai

    c. tư vấn   d. hợp lý

2.3   Anh ấy đã trở thành _____ của tôi.

    a. nguyên nhân chính   b. chủ động

    c. đối diện   d. bạn đời

2.4   Vì kết hôn với anh ấy, chị ấy trở thành _____ .

    a. căng thẳng   b. chủ thể độc lập

    c. chủ gia đình   d. hình mẫu gia đình

2.5 Khoản tiết kiệm này đã trở thành _____ của anh ấy.

a. lời khuyên   b. khoản riêng

c. sự thảo luận   d. ý kiến

3. 重組下列句子。

3.1 anh / thích / ấy / rất / râu / để.

_____

3.2 dùng / ấy / chị / kiệm / mua / để / nhà / tiết / khoản.

_____

3.3 để / ấy / bà / nghỉ / xin / ngơi.

_____

3.4 ông / một / ấy / để / ly / ở / cà phê / bàn / trên.

_____

3.5 họ / để / kiến / thảo / đưa / ý / luận / ra.

_____

4. 請用「**trừ phi**」來修飾以下的句子。

4.1 Anh ấy hiếm khi về nhà ăn cơm mẹ anh ấy yêu cầu.

_____

4.2 Chị ấy không bao giờ chủ động thảo luận anh ấy đề nghị.

_____

4.3 Bà ấy không bao giờ cười con trai bà ấy đến.

_____

4.4 Ông ấy sẽ không kết hôn là kết hôn với bà ấy.

_____

4.5 Ba sẽ không đi làm việc xa nhà mẹ đồng ý.

_____

5. 請用「**trừ phi**」或「**đến nỗi**」來修飾以下的句子。

5.1 Ông Nam cảm thấy gia đình quan trọng luôn hy sinh cho gia đình.

_____

5.2 Bà Lan không muốn con trai kết hôn sớm anh ấy đã có sự nghiệp.

_____

5.3 Anh Hùng quyết định lấy vợ vào năm 30 tuổi lúc đó anh ấy vẫn chưa tìm được người thích hợp.

_____

5.4 Em Mai đi làm xa nên nhớ gia đình ngày nào cũng gọi điện về nhà nói chuyện với mẹ.

_____

5.5 Ba của tôi luôn tôn trọng và làm theo ý kiến của mẹ ba cảm thấy không thể làm được.

_____

MP3-010

E. Bài trắc nghiệm　測驗

請仔細聆聽並回答以下的問題。

1. 是非題：請仔細聆聽並回答問題。

1.1 Hôn nhân là sự kết nối hai con người lại với nhau thành một gia đình.

_____

1.2 Nhiều người cho rằng cuộc sống gia đình rất tự do.

_____

1.3 Các chuyên gia cho rằng vợ chồng nên thảo luận với nhau về mọi thứ.

_____

1.4 Các chuyên gia cho rằng vợ chồng không nên có khoản riêng.

_____

1.5 Các chuyên gia cho rằng các khoản riêng sẽ làm hư các anh chồng.

_____

1.6 Nếu chúng ta biết nắm giữ mọi thứ theo những quy tắc hợp lý, thì hôn nhân vẫn có thể vui vẻ hạnh phúc.

_____

2. 填充題：請仔細聆聽並完成以下的句子。

2.1 Trên thực tế trong cuộc sống gia đình hai vợ chồng thường _____ với rất nhiều vấn đề.

2.2 _____ có rất nhiều người không muốn kết hôn.

2.3 Không nên _____ với việc các khoản riêng này sẽ làm hư các anh chồng.

2.4 Họ cho rằng cuộc sống gia đình _____ đến nỗi họ không có một chút tự do nào cả.

2.5 Họ còn cho thêm _____ về việc nên có các khoản riêng cho vợ hoặc chồng.

F.   Bài viết   寫作

請針對下列的主題寫一篇六百個字以上的文章。

Hãy viết một bài văn ngắn về những suy nghĩ của bạn trong vấn đề tiêu xài tiền trong cuộc sống hôn nhân hoặc cuộc sống chung trước khi kết hôn.

_____

_____

_____

_____

_____

_____

_____

_____

_____

_____

_____

_____

_____

Bài 3　Học tập
第三課　學習

本課學習目標

（一）學習閱讀談論式的文章
（二）以討論的方式認識較有深度的會話內容
（三）認識語法：
　　　主語 + **chưa từng** + 動詞
　　　những + 名詞的結構
　　　ngay cả... +（主語）+ **cũng** 或 **vẫn** + 動詞 / 形容詞
　　　so với（A）**thì**（B）+ 心理活動動詞 / 形容詞 + **hơn**
　　　（A）+ 心理活動動詞 / 形容詞 + **hơn so với** +（B）
（四）參考範例句子
（五）以習題來練習使用本課語法
（六）以報導方式引導練習，並培養聽力、書寫能力
（七）以寫作來提升作文能力

A. Bài đọc / **課文**

MP3-011

Học Tập

Trong trang **Hieuhoc.com** có một bài viết của tác giả Nghi Quân nói về việc học tập của con người. Bài viết đề cập: "Học tập thực sự có ý nghĩa hết sức quan trọng với con người. Qua học tập chúng ta tái tạo chính mình. Qua học tập chúng ta có thể làm những việc mà chúng ta chưa từng có thể làm được. Qua học tập chúng ta nhận thức lại thế giới và quan hệ của ta với thế giới. Qua học tập chúng ta mở rộng khả năng sáng tạo, trở thành một phần của tiến trình sống trong cuộc đời."

Tuy nhiên bài viết cũng đề cập đến khả năng học hỏi nhanh chóng, đây cũng là một kỹ năng rất quan trọng để giúp con người theo kịp với tốc độ thế giới và có thể nhanh chóng thích nghi với những thay đổi mới của môi trường xung quanh.

Bài viết còn cho biết: *Trong mỗi chúng ta đều có một khao khát mãnh liệt về việc học hỏi và đó cũng chính là lợi thế cạnh tranh bền vững nhất: "Khả năng học hỏi nhanh chóng hơn so với đối thủ".*

Tác giả cho rằng có khả năng học hỏi nhanh chóng là chưa đủ, vì thế giới đang thay đổi quá nhanh mà ngay cả những người có thể học nhanh chóng nhất cũng khó có thể theo kịp. Vì vậy, cần phải biết lựa chọn để tìm học, chúng ta sẽ tránh lãng phí thời gian để học một cái gì đó mà không phù hợp với bản thân. Bể học mênh mông, số lượng những điều mới cần để học hỏi là rất lớn, ngày càng nhiều; lựa chọn những gì để học ngày càng trở nên khó khăn hơn. Cho nên, biết cách lựa chọn những gì để học là sự bổ trợ vô cùng cần thiết vì nó sẽ tiết kiệm thời gian cho chúng ta - không những thế, chọn cái gì để học còn ảnh hưởng rất nhiều đến toàn bộ sự nghiệp của chúng ta.

Tác giả nhấn mạnh, điều quan trọng mà chúng ta cần phải nắm là: lựa chọn những gì phù hợp để học và học chúng một cách nhanh chóng để có khả năng đối phó với vấn đề mới và sử dụng năng lực lý luận một cách hữu hiệu. Nếu làm được điều này, chúng ta sẽ sẵn sàng đối mặt với bất cứ điều gì trong cuộc sống hiện đại theo cách của chúng ta.

MP3-012

Từ mới bài đọc 課文生詞

1. bài viết 文章
2. tác giả 作者
3. hết sức 非常 / 格外 / 十分 / 盡力
4. quan trọng 重要
5. con người 人們 / 人類
6. tái tạo 再造
7. nhận thức 認知 / 意識
8. thế giới 世界
9. mở rộng 擴大
10. khả năng 能力 / 本領 / 可能性
11. sáng tạo 創造
12. tiến trình sống 生活進程 / 生命歷程
13. trong cuộc đời 生命中
14. kỹ năng 技能
15. theo kịp 跟上
16. tốc độ 速度
17. nhanh chóng 快速
18. thích nghi 適應
19. khao khát 渴望
20. mênh mông 廣闊無邊
21. bổ trợ 輔助 / 助力
22. vô cùng 無窮 / 非常
23. tiết kiệm 節省 / 節儉
24. sự nghiệp 事業 / 生涯
25. ảnh hưởng 影響
26. đối phó 對付 / 應付
27. năng lực 能力
28. lý luận 理論
29. hữu hiệu 有效率
30. sẵn sàng 準備好
31. đối mặt 面對
32. bất cứ 任何
33. hiện đại 現代

 讀後思考問題

Sau khi đọc hiểu bài đọc, bạn hãy cho biết suy nghĩ của bạn về:

1. Sự quan trọng của việc học tập.

2. Việc học tập có kén tuổi tác không?

3. Nên học ngành nghề mà ta yêu thích hay học cái gì mà xã hội đang cần?

B. Hội thoại　　會話

Hai người bạn đang nói về sự lựa chọn trong học tập.

兩位同學討論關於學習方面的選擇。

Bạn học 1: Cậu chuẩn bị thi vào Đại học nào?

Bạn học 2: Mình chưa biết là sẽ thi vào trường nào, vì mình còn đang nghĩ học cái gì thì thích hợp với bản thân mình.

Bạn học 1: Ôi, thời gian thi Đại học cận kề rồi mà cậu còn chưa biết học gì thì thích hợp với cậu à?

Bạn học 2: Phải, nhưng mình không vội quyết định đâu! Vì mình nghĩ chọn học những gì thích hợp với bản thân mình thì mới có ý nghĩa và không lãng phí thời gian.

Bạn học 1: Trước đây cậu chẳng phải rất muốn thi vào khoa Y học sao?

Bạn học 2: Đúng vậy! Trước đây mình có dự định thi vào khoa Y học, nhưng đó chỉ là sự mong muốn của bố mẹ mình thôi!

Bạn học 1: Thì ra là vậy!

Bạn học 2: Mình nghĩ mình cần suy nghĩ kỹ hơn, vì nếu như chọn khoa mà không phù hợp với bản thân thì sẽ học không hiệu quả và có khi còn ảnh hưởng đến tương lai của mình sau này.

Bạn học 1: Thế cậu cảm thấy cậu thích hợp học cái gì?

Bạn học 2: Cậu cũng biết rồi đấy! Mình rất yêu văn học, mình nghĩ học những gì có liên quan đến văn học có lẽ sẽ thích hợp với mình hơn.

Bạn học 1: Ừ! mình cũng cảm thấy văn chương của cậu rất hay, mình cũng ủng hộ suy nghĩ này của cậu.

Bạn học 2: Thế, còn cậu sẽ thi vào trường nào?

Bạn học 1: Mình sẽ thi vào khoa Nông Lâm của trường Đại học Nông Lâm.

Bạn học 2: Thế bố mẹ cậu có ý kiến gì không?

Bạn học 1: Không, bố mẹ hoàn toàn ủng hộ mình về mọi quyết định.

Bạn học 2: Cậu thật là may mắn!

Bạn học 1: Tớ nghĩ cậu cũng thế thôi! Chỉ cần cậu tìm cách thuyết phục bố mẹ là được rồi.

Bạn học 2: Tớ sẽ cố gắng xem sao.

Từ mới hội thoại 會話生詞

1. *cận kề* 接近
2. *không vội* 不急
3. *quyết định* 決定
4. *chẳng phải = không phải* 不是
5. *trước đây* 以前
6. *dự định* 打算
7. *suy nghĩ kỹ* 謹慎思考
8. *tương lai* 未來

9. *sau này* 以後
10. *văn học* 文學
11. *văn chương* 文章 / 文筆 / 筆法
12. *nông lâm* 農林
13. *ý kiến* 意見
14. *may mắn* 幸運
15. *tìm cách* 想辦法
16. *thuyết phục* 説服

C. Ngữ pháp   語法

1. 句型：主語 + **chưa từng** + 動詞

　　chưa từng 相當於中文的「未曾」，出現在動詞前方，表示過去尚未有過的某種經驗或行為。有時在 **chưa từng** 後方或句尾後方會出現 **bao giờ**，強調「從來沒有……」做過或經歷過某動作或行為。

例如：1. Chị ấy **chưa từng** học qua tiếng Nhật. 她未曾學過日語。

　　　2. Anh ấy **chưa từng** kể với tôi về chuyện này bao giờ. 他未曾跟我講述這件事。

　　　3. Tôi **chưa từng** đọc qua bài viết này của anh. 我未曾讀過你這篇文章。

2. 「**những** + 指定名詞」的組合

　　những 在句子中位於指定名詞前方，相當於中文的「一些」，表示複數，在 **những** 後面的指定名詞最好是指越具體、範圍越小的名詞。

　　những 與 **một số**（一些）、**một vài**（兩三個）不同的地方是：**một số**（一些）、**một vài**（兩三個）是數量詞，通常出現在一般的名詞前方。在 **một số** 後面的名詞不能有單位詞，但在 **một vài** 後面的名詞一定要有單位詞。

　　những 還可以搭配疑問代詞 ai、gì、đâu、「名詞 + nào」，來表示複數，如：**những ai**（哪些人）、**những gì**（哪些什麼）、**những đâu**（哪些地方）、**những** + 名詞 + **nào**，例如：ngày + **nào**（哪些日子）。

例如：1.Có một số người nhận thức được tiết kiệm là một việc tốt, vì vậy **những** người này luôn luôn tránh lãng phí.

　　　有一些人認為節約是一件好事，因此這些人總是避免浪費。

　　　2.**Những** vấn đề quan trọng mà anh ấy nói, tôi đã nhớ kỹ.

　　　他所講的那些重要問題，我已經記住了。

　　　3.**Những** người mà chị phải cạnh tranh đã sẵn sàng đối phó với chị.

　　　妳所須競爭的那些人已準備好對付妳。

4.**Những** tác giả nào đã đến gặp anh hôm qua?　哪些作者昨天已來見你？

5.**Những** ai đã từng giúp tôi, tôi đều ghi nhớ.　哪些人曾經幫助我，我都銘記在心。

3. 句型：ngay cả... +（主語）+ cũng 或 vẫn + 動詞 / 形容詞

連接詞 **ngay cả** 相當於中文的「連」，出現在句子或片語裡，並在主語前方，搭配副詞 **cũng**（也）、**vẫn**（還是）。**cũng** 和 **vẫn** 位於動詞或形容詞前方，表示動詞的動作和形容詞的狀態，「連」在主語描述的狀態下，也維持不變。

例如：1.**Ngay cả** khi đối mặt với vấn đề khó khăn, thì anh ấy **vẫn** rất tự tin.

　　　連面對困難的問題時，他還是很有自信。

　　　2.**Ngay cả** cha mẹ anh ấy **cũng** không dám quyết định vấn đề này.

　　　連他父母親也不敢替這個問題做出決定。

4. 句型 a：so với（A）thì（B）+ 心理活動動詞 / 形容詞 + hơn
或句型 b：（A）+ 心理活動動詞 / 形容詞 + hơn so với +（B）

so với 相當於中文的「比起」，在句子中搭配 **hơn**，表示比起某事或行為 A，某事或行為 B 較為⋯⋯（某種表現）。在句子中 **hơn** 在主要的動詞或形容詞後方，**thì**（則）只出現在句型 **a**。

例如：1.**So với** anh ấy **thì** tôi là người may mắn **hơn** nhiều.　比起他，我幸運多了。

　　　2.Tôi là người may mắn **hơn** nhiều **so với** anh ấy.　我比他幸運多了。

Câu mẫu 例句

請在例句的劃線處替換其他適合的詞彙來造新的句子。

1. Anh ấy chưa từng <u>học thiết kế</u>, vậy mà có thể <u>thiết kế</u> đẹp như vậy.

    （他未曾學過設計，可是還是可以設計得這麼美。）

    _____

2. Tuy ba tôi chưa từng <u>học đại học</u> bao giờ, nhưng ông ấy <u>rất thông minh</u>.

    （雖然我爸爸從來未曾念過大學，但是他很聰明。）

    _____

3. Những môn học mà em ấy <u>đạt điểm cao</u> đều là những môn học mà em ấy <u>yêu

    thích</u>.

    （他得高分的課都是他喜歡的課。）

    _____

4. Anh ấy có một số sách về <u>khoa học giả tưởng</u>.

    （他有一些關於科幻的書籍。）

    _____

5. Trong khu này có một vài <u>căn nhà</u> trông rất <u>cũ</u>.

    （這一區有一兩間房子看起來很舊。）

    _____

6. Với anh ấy những gì mà anh ấy <u>chơi</u> khi còn nhỏ đều rất <u>thú vị</u>.

    （對他來説，小時候他所玩的事都很有趣。）

    _____

7.　Ngay cả sách của trẻ em tôi cũng <u>thích đọc</u>.

　　（連小朋友書籍我也喜歡讀。）

　　_____

8.　Ngay cả ngày mai có thể sẽ <u>hết tiền</u>, nhưng hôm nay anh ấy vẫn muốn <u>ăn ngon</u>.

　　（就算明天可能會沒錢，但今天他仍然想要吃好的。）

　　_____

9.　So với <u>anh ấy</u> thì ba của tôi thích nói <u>lý lẽ</u> hơn.

　　（比起他，我爸爸比較喜歡講道理。）

　　_____

10.　Chiều hôm nay ở <u>thư viện</u> <u>đông người</u> hơn so với chiều hôm qua.

　　（比起昨天下午，今天下午圖書館比較多人。）

　　_____

D. Bài luyện tập   練習

1. 以 **chưa từng** 來修飾下列句子。

例句：Anh ấy học rất nhiều ngoại ngữ, nhưng không học tiếng Ý.

→Anh ấy học rất nhiều ngoại ngữ nhưng chưa từng học tiếng Ý.

1.1 Ông ấy đã đi rất nhiều nơi ở Việt Nam, nhưng chưa có dịp đi Vịnh Hạ Long.

_____

1.2 Em ấy đã thích nghi với thức ăn ở đây, nhưng vẫn chưa dám ăn sầu riêng.

_____

1.3 Bà ấy biết ông ấy, nhưng họ vẫn chưa gặp nhau.

_____

1.4 Chị ấy đã đọc nhiều bài viết rồi, ngoại trừ bài viết của tác giả này.

_____

1.5 Anh ấy khao khát có một gia đình, nhưng anh ấy chưa có cơ hội kết hôn.

_____

2. 請用 **những** 或 **một số** 填充句子。

2.1 Văn chương của _____ tác giả này đã từng ảnh hưởng lớn đối với sinh viên học sinh.

2.2 Sau khi đọc bài viết của anh ấy tôi đã cung cấp _____ ý kiến cho anh ấy.

2.3 Hãy dùng _____ lợi thế mà chúng ta có để cạnh tranh với họ.

2.4 Có _____ người có khả năng thích nghi với môi trường xung quanh nhanh chóng hơn những người khác.

2.5 Anh ấy đã sẵn sàng đối mặt với _____ thử thách mới trong công việc.

2.6 _____ gì chị ấy nói, tôi không thể tin được.

2.7 Ở đây có _____ bài viết, xin anh kiểm tra giúp tôi.

2.8 Đây là _____ gì mà anh ấy đã tiết kiệm được trong 2 tháng qua.

2.9 Xin hỏi hôm qua sau khi ra khỏi nhà, ông đã đi _____ đâu?

2.10 Anh ấy đã từng sống ở _____ thành phố ở Đài Loan.

3. 重組下列句子。

3.1 anh / chưa / ấy / học / Việt / từng / ở / tiếng / Việt Nam.

_____

3.2 chưa / cả / chị / cũng / định / ngay / quyết / ấy.

_____

3.3 nay / hôm / chị / với / đã / việc / làm / ai / những?

_____

3.4 cách / tìm / sếp / cũng / thuyết / tôi / phục / cả / ngay.

_____

3.5 ngày / đi / sẽ / mai / chơi / anh / những / đâu?

_____

4. 請用 **ngay cả...** + **cũng** 或 **vẫn** 來修飾下列的句子。

例句：Khi sếp không vui, anh ấy không dám nói gì cả.

→Khi sếp không vui, ngay cả anh ấy cũng không dám nói gì cả.

4.1 Mẹ tôi rất tiết kiệm, để mẹ vui lòng bố tránh lãng phí.

_____

4.2 Khi sự nghiệp phát triển rất thuận lợi, anh ấy rất khiêm tốn.

_____

4.3 Khi khao khát có một gia đình, anh ấy không chủ động lắm.

_____

4.4 Những người quan trọng ở đây không thuyết phục được chị ấy.

_____

4.5 Năng lực học tập của mình như thế nào, em ấy không rõ lắm.

_____

5. 請以「**so với... thì...**」的組合來修飾下列句子。

例句：Chị ấy cao hơn tôi rất nhiều.

　　→So với tôi thì chị ấy cao hơn rất nhiều.

5.1　Tôi hạnh phúc hơn anh ấy nhiều.

_____

5.2　Mẹ cho rằng chị của tôi tiết kiệm hơn tôi.

_____

5.3　Ở trong công ty, ông ấy có khả năng sáng tạo hơn chúng tôi.

_____

5.4　Ông ấy thích nghi với môi trường mới nhanh chóng hơn bà ấy.

_____

5.5　Mẹ luôn cho rằng sự nghiệp của ba quan trọng hơn sự nghiệp của mẹ.

_____

E. Bài trắc nghiệm 測驗

請仔細聆聽並回答以下的問題。

1. 是非題：請仔細聆聽並回答問題。

1.1 Lựa chọn một khoa không thích hợp để học sẽ ảnh hưởng đến tương lai của bạn.

_____

1.2 Bạn không nên trao đổi với người nhà hoặc bạn bè về những suy nghĩ và lựa chọn của bạn.

_____

1.3 Nếu cha mẹ bạn mong muốn bạn thi vào trường nào thì bạn nên thi vào trường đó.

_____

1.4 Bạn cần học một ngành học mà bạn thích và phù hợp với khả năng của bạn.

_____

1.5 Chọn một ngành học thích hợp sẽ mang lại cho bạn những kiến thức chuyên môn và những khả năng, lợi thế cạnh tranh tốt.

_____

1.6 Bạn cần phải làm một quyết định đúng đắn khi chọn ngành học của bạn.

_____

2. 填充題：請仔細聆聽並完成以下的句子。

2.1 Bạn có lẽ đang cần bạn bè, người thân cho bạn _____ .

2.2 Bạn nên _____ rằng khoa mà bạn chọn có thực sự thích hợp với bạn không?

2.3 Nếu trường hợp cha mẹ bạn mong muốn bạn thi vào trường mà bạn không thích thì bạn cũng nên _____ họ.

2.4 Tất cả những điều này đều có ích cho _____ của bạn sau này.

2.5 Bạn cần học một ngành học mà bạn thích và _____ của bạn.

F. Bài viết / 寫作

請針對下列的主題寫一篇六百個字以上的文章。

Hãy viết một bài văn ngắn về mối quan hệ giữa khả năng học tập và tuổi tác, cùng với kinh nghiệm học tập của bạn.

_____

_____

_____

_____

_____

_____

_____

_____

_____

_____

_____

_____

_____

_____

Bài 4　Việc làm
第四課　工作

本課學習目標

（一）學習閱讀談論式的文章
（二）以面試訪問的方式認識較有深度的會話內容
（三）認識語法：
　　　（主語）**+ không nên +** 動詞 / 形容詞
　　　được / bị + 動詞的結構
　　　sự + 動詞 / 形容詞的組合
　　　（主語）**+ hãy +** 動詞
　　　（主語）**+ phải / cần phải +** 動詞 / 形容詞
（四）參考範例句子
（五）以習題來練習使用本課語法
（六）以報導方式引導練習，並培養聽力、書寫能力
（七）以寫作來提升作文能力

A. Bài đọc 課文

Làm thế nào để giữ công việc trong thời gian thử việc

Các chuyên gia nghề nghiệp thường khuyên rằng: "Đối với những người đang trong thời gian thử việc, nếu muốn được nhận chính thức vào làm việc thì khi thử việc có một số điều cần phải chú ý như sau: làm việc như đã được tuyển dụng chính thức, đáp ứng xuất sắc yêu cầu công việc, tìm hiểu về công ty, xây dựng mối quan hệ tốt đẹp với sếp, hòa hợp với đồng nghiệp, thể hiện sự chuyên nghiệp."

Tuy nhiên, các chuyên gia cũng đề cập: "Bạn cũng không nên tự đặt áp lực nặng cho bản thân, rằng mình phải làm việc gấp 5 - 10 lần người khác, bởi bạn có thể "sống sót" qua giai đoạn thử việc nhưng lại kiệt sức sau đó". Họ cũng nói thêm: "Hãy cân bằng bản thân bằng cách hoàn thành nhiệm vụ đúng thời hạn và chỉ hứa những gì mình có thể thực hiện. Bạn hãy tự tin thể hiện khả năng của mình mà không tự mãn, tự kiêu. Chắc chắn sếp sẽ thấy được sự phù hợp của bạn với công ty". Ngoài những vấn đề trên, tìm hiểu về công ty cũng là một trong những điều cần thiết. Sự hiểu biết về công ty sẽ giúp bạn quyết định mình có thật sự phù hợp với môi trường này hay không. Rất nhiều nhân viên đã phải nghỉ việc trước khi giai đoạn thử việc kết thúc vì cảm thấy không thể thích ứng với công việc hoặc sếp. Vì vậy hãy cố gắng xây dựng mối quan hệ thân thiết và chuyên nghiệp với sếp trực tiếp của bạn, đồng thời phát triển mối quan hệ thân thiết, tích cực với đồng nghiệp. Hãy cởi mở, khiêm tốn khi chào hỏi và nói chuyện với họ.

Các chuyên gia còn nhấn mạnh: "Nhân viên thử việc không nhất thiết phải mắc một "lỗi chính thức" mới bị cho thôi việc. Những lý do đơn giản như đi làm muộn, nghỉ ăn trưa quá lâu, ăn mặc xuề xòa, thường xuyên gọi điện xin nghỉ ốm... cũng có thể khiến bạn đánh mất cơ hội của mình. Vì thế, đừng cho nhà tuyển dụng lý do để sa thải bạn bằng cách thể hiện sự chuyên nghiệp và tích cực."

MP3-017

Từ mới bài đọc 課文生詞

1. giữ công việc 成功拿下工作機會
2. thời gian thử việc 工作試用期
3. nghề nghiệp 職業
4. khuyên rằng 勸說
5. được nhận 被錄取
6. chính thức 正式
7. chú ý 注意
8. như sau 如下
9. được tuyển dụng 被僱用 / 被錄取
10. đáp ứng 達成 / 滿足（動詞）
11. xuất sắc 出色 / 優秀 / 卓越 / 完美
12. yêu cầu 要求
13. xây dựng 建立
14. mối quan hệ tốt đẹp 美好的關係
15. sếp 主管 / 上司
16. hòa hợp 融合
17. đồng nghiệp 同事
18. thể hiện 展現
19. sự chuyên nghiệp 專業（名詞）
20. tự đặt áp lực nặng 自己給的壓力
21. bản thân 自己
22. gấp 5 - 10 lần 5-10 倍
23. sống sót 生存 / 度過 / 存活
24. kiệt sức 精疲力竭 / 精疲力盡
25. cân bằng 平衡 / 均衡 / 取得平衡點
26. hoàn thành nhiệm vụ 完成任務
27. đúng thời hạn 按期 / 如期
28. hứa 答應 / 承諾
29. thực hiện 執行
30. khả năng 能力
31. tự mãn 自滿
32. tự kiêu 自高
33. sự phù hợp 符合（名詞）
34. điều cần thiết 必須的條件
35. quyết định 決定
36. môi trường 環境
37. nghỉ việc 辭職
38. thích ứng 適應
39. thân thiết 親切
40. trực tiếp 直接
41. phát triển 發展
42. tích cực 積極
43. cởi mở 開朗
44. khiêm tốn 謙虛
45. nhấn mạnh 強調
46. không nhất thiết 不一定
47. mắc lỗi 犯錯
48. cho thôi việc 被辭退 / 被解僱
49. đơn giản 簡單
50. ăn mặc xuề xòa 穿著隨便
51. xin nghỉ ốm 請病假
52. đánh mất 丟失 / 失去
53. nhà tuyển dụng 僱主 / 徵才者
54. sa thải 開除

🔍讀後思考問題

Sau khi đọc hiểu bài đọc, bạn hãy cho biết suy nghĩ của bạn về:

1. Thái độ làm việc quyết định sự phát triển của một người ở cơ quan.

2. Sự quan trọng trong mối quan hệ với đồng nghiệp và cấp trên.

3. Tình trạng vẫn phải tiếp tục làm việc sau khi đã đến giờ tan sở.

B. Hội thoại 會話

Người xin việc đang được phỏng vấn.

應徵工作者在面試。

Người phỏng vấn: Xin chào em, em có biết là em đang xin vào làm việc với công việc gì không?

Người xin việc: Dạ, xin chào chị, em được biết là công ty đang cần một nhân viên nghiệp vụ có kinh nghiệm.

Người phỏng vấn: Em có thể nói tóm lược về các khả năng hiện có của em không?

Người xin việc: Dạ, ngoài văn bằng tốt nghiệp đại học ra, hiện em có các chứng chỉ trình độ C tiếng Anh, chứng chỉ trình độ B tiếng Nhật và tiếng Hoa. Em còn có bằng cấp về các kỹ năng sử dụng vi tính văn phòng.

Người phỏng vấn: Em đã từng làm việc ở những công ty nào?

Người xin việc: Em đã từng làm việc ở Công ty Mậu dịch Thành Tín, hiện đang làm việc ở Công ty Xuất nhập khẩu Mai Hòa.

Người phỏng vấn: Kinh nghiệm của em về các lĩnh vực này ra sao?

Người xin việc: Có thể nói em rất thành thạo về đàm phán hợp đồng mua bán quốc tế.

Người phỏng vấn: Em có ngại nếu phải đi công tác xa không?

Người xin việc: Trước đây em thường đi công tác xa, cho nên em cũng quen rồi ạ.

Người phỏng vấn: Em có khả năng làm việc trong môi trường căng thẳng và áp lực cao không?

Người xin việc: Mọi công việc đều có sự căng thẳng và áp lực khác nhau, em nghĩ em đã sẵn sàng.

Người phỏng vấn: Em có đòi hỏi gì về mức lương của em không?

Người xin việc: Em hy vọng có mức lương phù hợp với khả năng của mình.

Người phỏng vấn: Em đang làm việc ở công ty tương đối lớn, tại sao lại muốn đổi việc?

Người xin việc: Vì em cho rằng khả năng của em càng thích hợp với công việc của công ty chúng ta hơn.

Người phỏng vấn: Cảm ơn em về các câu trả lời. Chúng tôi sẽ trả lời kết quả phỏng vấn cho em vào tuần sau.

Người xin việc: Xin cảm ơn chị! Chào chị!

Từ mới hội thoại 會話生詞

1. nhân viên nghiệp vụ 業務員

2. kinh nghiệm 經驗

3. nói tóm lược 簡介

4. văn bằng tốt nghiệp 文憑

5. kỹ năng 技能

6. công ty mậu dịch 貿易公司

7. xuất nhập khẩu 進出口

8. thành thạo 熟悉（熟練）

9. chứng chỉ 檢定證書

10. hợp đồng mua bán quốc tế 國際買賣（貿易）合約

11. đàm phán 談判

12. căng thẳng 緊張

13. mức lương 薪資標準

C. Ngữ pháp　　語法

1. 句型：（主語）**+ không nên +** 動詞 / 形容詞 + 謂語

　　không nên 相當於中文的「不應該」，出現在動詞 / 形容詞前方，適用於勸告別人不要 / 不應該進行某事或行為。

例如：1.Chị **không nên** ăn mặc xuề xòa nơi công sở. 妳不應該在工作場所穿著隨便。

　　　2.Anh **không nên** tự đặt áp lực nặng cho mình. 你不應該給自己太大壓力。

　　　3.Mẹ bảo em: "Con **không nên** đánh mất cơ hội tốt này".

　　　　媽媽跟我說：「妳不應該丟失這個好機會」。

2. 句型：**được / bị +** 動詞 + 謂語

　　được / bị 在句子中位於動詞前方，相當於中文的「被 / 獲得」，表示獲得或被某人、因素所影響。**được** 適用於正面動詞或主語可以接受的事或行為，**bị** 則適用於負面動詞或主語通常不願接受的事或行為。

例如：1.Em ấy đã **được** tuyển dụng chính thức vào làm việc ở công ty.

　　　　他已經被正式錄取到公司工作。

　　　2.Tuần trước chị ấy đã **bị** công ty cho thôi việc. 上週她已被公司辭退。

　　　3.Anh ấy **được** sếp và đồng nghiệp yêu mến. 他獲上司和同事愛戴。

　　　4.Chị ấy **bị** kiệt sức sau nhiều năm làm việc vất vả. 多年辛苦工作之後她精疲力竭。

3. 「**sự +** 心理活動的動詞 / 形容詞」的組合

　　當心理活動的動詞或形容詞前方出現 **sự**，該動詞或形容詞會與 **sự** 組合成「名詞性詞組」的結構。

例如：1.**Sự** khiêm tốn và cởi mở của bạn sẽ làm cho đồng nghiệp yêu mến.

　　　　你的謙虛與開朗會讓同事喜愛。

　　　2.**Sự** tự mãn và tự kiêu đã làm cho anh ấy đánh mất nhiều cơ hội tốt.

　　　　自滿與自大已使他丟失許多好機會。

　　　3.**Sự** cố gắng của chị ấy trong công ty ai cũng biết. 她的努力公司裡任何人都知道。

4.（主語）+ **hãy** + 動詞 / 形容詞 + 謂語

　　hãy 在句子中位於動詞或形容詞前方，相當於中文「請 / 要」的意思，適用於要求或是勸告，表示親切、客氣。主語在句子中有時會被省略。

例如：1.**Hãy** cố gắng xây dựng mối quan hệ thân thiết với sếp!
　　　　要努力與上司建立一個親切的關係。

　　　 2.Xin anh **hãy** hoàn thành nhiệm vụ đúng thời hạn!
　　　　請你要準時完成任務。

5. 主語 + **phải / cần phải** + 動詞 / 形容詞 + 謂語

　　phải / cần phải 相當於中文的「必須 / 必要 / 需要」，在句子中位於動詞或形容詞前方，表示務必進行某事或行為。在請求句子中有表示命令的意味。

例如：1.Vì là người mới, tôi **phải** cố gắng làm việc gấp nhiều lần người khác.
　　　　因為是新人，我要比別人加倍努力工作。

　　　 2.Anh **phải** quyết định vấn đề này nội trong hôm nay.
　　　　今日內你要決定這個問題。

Câu mẫu 例句

請在例句的劃線處替換其他適合的詞彙來造新的句子。

1. Anh không nên <u>yêu cầu</u> quá <u>nhiều</u>.

   （你不應該要求太多。）

   _____

2. Anh nên <u>quyết định</u> sớm để <u>được việc</u>.

   （你應該早點決定以辦事得力。）

   _____

3. Chị cần phải <u>khiêm tốn</u> và <u>cởi mở</u> hơn.

   （妳需要更謙虛和開朗。）

   _____

4. Chị cần phải tích cực <u>xây dựng mối quan hệ tốt đẹp</u> với <u>đồng nghiệp</u>.

   （妳需要積極建立與同事的美好關係。）

   _____

5. Biểu hiện sự <u>chuyên nghiệp</u> rất quan trọng với <u>người đi xin việc</u>.

   （專業的表現對應徵工作者是很重要的。）

   _____

6. Sự hòa hợp giữa các <u>đồng nghiệp</u> sẽ làm cho <u>công việc phát triển thuận lợi</u>.

   （同事之間的融洽會使工作發展順利。）

   _____

7. Chị ấy được <u>nhà tuyển dụng</u> đánh giá cao.

（她獲得徵才者的高度評價。）

_____

8. <u>Đồng nghiệp</u> khuyên anh ấy nên <u>hoàn thành xuất sắc</u> nhiệm vụ được giao.

（同事勸他應該完美地達成被交付的任務。）

_____

9. Anh hãy nhanh chóng <u>thích ứng</u> với <u>môi trường làm việc</u>!

（你要快速地適應工作環境！）

_____

10. Chị hãy <u>thực hiện</u> công việc này theo đúng <u>khả năng</u> của mình!

（妳要依自己的能力來執行這份工作！）

_____

D. Bài luyện tập 練習

1. 請用 **không nên** 來修飾下列的句子。

例句：Anh ấy thích hút thuốc ở nơi làm việc.

　　　→ Anh ấy không nên hút thuốc ở nơi làm việc.

1.1 Chị ấy luôn luôn ăn mặc xuề xòa đi làm khiến sếp không vui.

_____

1.2 Trong thời gian thử việc anh ấy thường đến trễ.

_____

1.3 Sếp cho anh ấy thôi việc mà không có lý do thích đáng.

_____

1.4 Anh ấy quyết định nghỉ việc vì không thích sếp.

_____

1.5 Ông ấy quá tự mãn khiến đồng nghiệp không thích.

_____

2. 請用 **được** 或 **bị** 填充句子。

2.1 Ở công ty chị ấy biểu hiện rất tốt, cho nên _____ sếp khen ngợi.

2.2 Anh ấy thường xuyên đi làm muộn và ăn mặc xuề xòa, cho nên _____ sa thải.

2.3 Nếu anh không muốn _____ cho thôi việc, thì phải cố gắng làm việc tốt.

2.4 Trong thời gian thử việc, chị ấy _____ đồng nghiệp giúp đỡ tận tình.

2.5 _____ mọi người yêu mến khiến cho chị ấy rất vui vẻ.

3. 重組下列句子。

3.1   anh ấy / hãy / chị / gọi / cho / điện thoại / nhé!

_____

3.2   hãy / sớm / chị / quyết định / này / việc / nhé / xin!

_____

3.3   đến / để / đúng giờ / hãy / và / sếp / đợi / đừng!

_____

3.4   sức khỏe / hãy / đừng / bị / chú ý / để / kiệt sức / xin!

_____

3.5   ông ấy / yêu cầu / tích cực / chút / một / hơn / hãy!

_____

4. 增加 **sự** 來修正以下的句子。

4.1   Khiêm tốn của chị ấy khiến đồng nghiệp rất yêu mến.

_____

4.2   Hiểu biết về công ty sẽ giúp bạn quyết định mình có thật sự phù hợp với môi
trường này hay không.

_____

4.3   Sếp cho rằng căng thẳng của chị ấy là do áp lực công việc mà ra.

_____

4.4   Anh cần phải thể hiện chuyên nghiệp của mình.

_____

4.5   Hòa hợp giữa các đồng nghiệp sẽ làm cho không khí làm việc vui vẻ và hiệu quả
hơn.

_____

5. 請看圖及所提示的內容並以「**cần phải / phải**」的組合來完成句子。

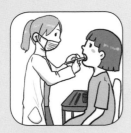

例句：Chị ấy cảm thấy không khỏe.

Chị ấy cần phải đi khám bác sĩ.

5.1   Chị ấy làm việc quá kiệt sức.

_____

_____

5.2   Anh ấy cảm thấy không khỏe.

_____

_____

5.3   Bà ấy cảm thấy đói bụng muốn ăn cơm.

_____

_____

5.4   Ông ấy không muốn bị sa thải.

_____

_____

5.5   Hôm nay ba tăng ca.

_____

_____

E.   Bài trắc nghiệm   測驗

請仔細聆聽並回答以下的問題。

1. 是非題：請仔細聆聽並回答問題。

1.1   Thể hiện sự chuyên nghiệp của bạn là cách để sếp đánh giá cao khả năng làm việc của bạn.

_____

1.2   Tự mãn sẽ làm cho đồng nghiệp thích bạn.

_____

1.3   Đi làm muộn, nghỉ ăn trưa quá lâu, ăn mặc xuề xòa là những điều bạn nên làm.

_____

1.4   Xây dựng mối quan hệ tốt đẹp với sếp và hòa hợp với đồng nghiệp sẽ giúp công việc tiến hành dễ dàng và thuận lợi hơn.

_____

1.5   Tự đặt áp lực nặng cho bản thân khiến bạn cảm thấy công việc quá nặng nề.

_____

1.6   Tự tin thể hiện khả năng của mình, tích cực làm việc, là những điều bạn nên tránh.

_____

2. 填充題：請仔細聆聽並完成以下的句子。

2.1   Bạn sẽ cảm thấy công việc _____ dễ dàng và thuận lợi hơn.

2.2   Cả hai điều này đều không mang lại _____ cho công việc của bạn.

2.3   Bạn sẽ có thể _____ nhiều cơ hội phát triển ở công ty.

2.4   Ăn mặc xuề xòa, _____ gọi điện xin nghỉ ốm v..v là những điều bạn nên tránh.

2.5   Khi bạn _____ được những điều nêu trên, bạn sẽ cảm thấy yêu thích công việc của mình.

F. **Bài viết** 寫作

請針對下列的主題寫一篇六百個字以上的文章。

Hãy viết một bài văn ngắn về công việc hiện nay của bạn hoặc về một công việc lý tưởng mà bạn mong muốn.

_____

_____

_____

_____

_____

_____

_____

_____

_____

_____

_____

_____

_____

MEMO

Bài 5 Giải trí
第五課 娛樂

本課學習目標

（一）學習閱讀談論式的文章
（二）以訪問的方式認識較有深度的會話內容
（三）認識語法：

Khi (trong khi) + 主語 + **đang** + 動詞 + **thì** + 動詞 / 子句

主語 + **không những** + 動詞 / 形容詞 + **mà còn** + 動詞 / 形容詞 + **(nữa)**

Tuy + 動詞 / 形容詞 / 句子 + **nhưng** + 動詞 / 形容詞 / 句子

句型 a. **Do** + 動詞 / 形容詞 / 子句 + **cho nên** + 動詞 / 形容詞 / 子句

句型 b：某事情 + **là do** + 主語 + 動詞 / 形容詞

句型 c：子句 A + **là do** + 子句 B

Việc + 動詞 / 句 = 名詞

（四）以習題來練習使用本課語法
（五）以報導方式引導練習，並培養聽力、書寫能力
（六）以寫作來提升作文能力

A. Bài đọc / 課文

Tiếng hát truyền hình

Trong một bài viết trên trang **http://vn.news.yahoo.com** của ký giả Bình Minh bình luận về các cuộc thi Tiếng hát Truyền hình hiện nay do Đài truyền hình tổ chức. Bài viết đề cập : Cuộc thi *Tiếng hát truyền hình* bắt đầu từ năm 1991, nhưng đến năm 2006, Tiếng hát truyền hình được thay bằng kịch bản Super Star (một hình thức truyền hình thực tế), liên tiếp nhiều năm sau đó nhiều chương trình truyền hình thực tế như *Vietnam Idol, Ngôi nhà âm nhạc, Hợp ca tranh tài, Giọng hát Việt* ra đời.

Tác giả còn nhấn mạnh, ngoài yếu tố giải trí hấp dẫn ra, phần lớn các cuộc thi đã có những biểu hiện "lệch lạc" - nặng về kinh doanh, ít chú trọng đến yếu tố âm nhạc Việt. Trong đó điều đáng nói nhất là các cuộc thi vắng bóng những ca khúc truyền thống, ca khúc mang âm hưởng dân ca.

Trên thực tế công luận đã có lúc than vãn về những "ngôi sao", "thần tượng" từ các cuộc thi, bởi rất nhiều người ca hát cũng "tầm tầm" và thường mất hút trên thị trường sau khi họ nhận danh hiệu nói trên. Hay nói cách khác, những kịch bản nước ngoài chưa phù hợp với thực tế Việt Nam và nó trở thành như một sự "ngoa ngôn".

Khi các ca khúc nước ngoài đang trên đà tràn ngập ở các cuộc thi khác, thì việc *Tiếng hát truyền hình 2012* "nói không" với nhạc ngoại, nó như sự cảnh tỉnh đối với nhiều người và cũng là một cách để tôn vinh và thúc đẩy nhạc Việt Nam phát triển.

Nếu truyền hình thực tế, các kịch bản mua của nước ngoài đều theo xu hướng trao quyền lớn nhất cho khán giả để họ quyết định các "ngôi sao", "thần tượng", thì ở *Tiếng hát truyền hình* những năm gần đây hoàn toàn ngược lại. Giải Nhất là do ban giám khảo chấm điểm với bài thi riêng, còn khán giả bình chọn thí sinh được yêu thích nhất thì có bài biểu diễn riêng và đây cũng chỉ là một giải phụ của chương trình.

Và một sự đổi mới khác ở *Tiếng hát truyền hình* những năm gần đây là ban giám khảo trẻ trung hơn, như là những gương mặt ca sĩ, nhạc sĩ có trình độ, có uy tín hiện nay (NSƯT Thanh Lam, NSƯT Thanh Thúy, nhạc sĩ Việt Anh, Lưu Thiên Hương).

Và việc dám "xa lánh" yếu tố thị trường để xây dựng "bản sắc Việt" của các cuộc thi *Tiếng hát truyền hình* kể từ năm 2012 là một điều rất đáng hoan nghênh.

Từ mới bài đọc 課文生詞

1. bình luận 評論
2. cuộc thi 比賽（名詞）
3. Tiếng hát Truyền hình
   電視歌唱比賽（節目名稱）
4. đài truyền hình 電視台
5. tổ chức 舉辦 / 組織
6. kịch bản 劇本
7. truyền hình thực tế 實況轉播
8. ngôi sao 明星
9. ra đời 出生
10. yếu tố 要素 / 元素
11. giải trí 娛樂
12. hấp dẫn 吸引 / 引人注目
13. lệch lạc 偏差
14. đáng nói 值得一提
15. kinh doanh 經營 / 商業
16. chú trọng 注重 / 關注

17. vắng bóng
    缺席 / 沒有人跡 / 不見人影
18. ca khúc 歌曲
19. âm hưởng dân ca 民歌音律
20. công luận 公論 / 輿論
21. than vãn 埋怨 / 抱怨
22. thần tượng 偶像
23. tầm tầm 普通 / 一般
24. mất hút 消失
25. thị trường 市場
26. danh hiệu 名號
27. ngoa ngôn 訛言
28. trên đà tràn ngập 氾濫的趨勢
29. sự cảnh tỉnh 警醒 / 當頭棒喝 / 警惕
30. tôn vinh 提昇 / 展現 / 襯托
31. xu hướng 趨向
32. trao quyền 授權

33. khán giả 觀眾	*40.* trẻ trung 年輕
34. ban giám khảo 評審團	*41.* ca sĩ 歌手
35. chấm điểm 評分	*42.* nhạc sĩ 音樂家
36. bình chọn 評選	*43.* NSƯT (nghệ sĩ ưu tú) 資深藝人 / 傑出藝人 / 藝術家
37. thí sinh 參賽者 / 選手 / 考生	*44.* xa lánh 疏離 / 疏遠 / 遠避
38. giải phụ 副獎 / 附加獎項	*45.* bản sắc Việt 越南民族本色 / 越南民族色彩
39. sự đổi mới 更新 / 革新（名詞）	

 讀後思考問題

Sau khi đọc hiểu bài đọc, bạn hãy cho biết suy nghĩ của bạn về:

1. Chất lượng của các chương trình truyền hình ngày nay.

2. Thời đại sản xuất ngôi sao và khả năng thực sự của họ.

3. Thời đại mà ai cũng có thể tự sản xuất chương trình giải trí qua Youtube.

B. Hội thoại 會話

Phóng viên phỏng vấn một thí sinh tham gia chương trình Tiếng hát truyền hình

記者訪問一位《電視歌唱比賽》參賽者。

Phóng viên: Em có thể cho chúng tôi biết trong cuộc thi ngày hôm nay em biểu hiện như thế nào không?

Người dự thi: Dạ, em cảm thấy mình tự tin hơn so với lần thi trước.

Phóng viên: Thế Ban giám khảo đã có những lời bình như thế nào về phần trình diễn của em?

Người dự thi: Lần thi này Ban giám khảo đã có những đánh giá cao về bài dự thi của em.

Phóng viên: Em có thể nói rõ hơn về sự đánh giá của họ không?

Người dự thi: Ban giám khảo cho rằng em không những nắm vững các tiết tấu trong bài hát mà còn biết đặt tình cảm đúng lúc khi biểu diễn bài hát.

Phóng viên: Lần này em đã chọn ca khúc dân ca Việt Nam để tham dự cuộc thi. Em có thể cho biết tại sao không?

Người dự thi: Em cảm thấy mình tự tin và truyền đạt tình cảm tốt hơn với ca khúc dân ca Việt Nam ạ.

Phóng viên: Để chuẩn bị cho cuộc thi này em đã luyện tập như thế nào?

Người dự thi: Em đã mất hơn 2 tháng để chuẩn bị và luyện tập.

Phóng viên: Thế người nhà có ủng hộ em tham gia cuộc thi này không?

Người dự thi: Lúc đầu mẹ em không những không đồng ý cho em tham gia mà còn cấm em không được xem tivi, vì sợ ảnh hưởng đến việc học tập của em.

Phóng viên: Thế em đã làm gì để thuyết phục mẹ?

Người dự thi: Do mẹ không yên tâm về việc học tập của em, cho nên em cố gắng làm tốt các bài tập ở trường trước khi luyện tập bài hát.

Phóng viên: Thế hôm nay mẹ có đến xem em biểu diễn không?

Người dự thi: Dạ, không ạ. Tuy mẹ không thể đến xem em biểu diễn, nhưng mẹ nói mẹ hoàn toàn ủng hộ em.

Phóng viên: Xin chúc mừng em đã có thành tích tốt trong cuộc thi hôm nay!

Người dự thi: Cảm ơn chị!

Từ mới hội thoại 會話生詞

1. tự tin 自信
2. lần thi trước 上一次比賽
3. lời bình 評語
4. phần trình diễn 表演（名詞）
5. đánh giá 評價
6. tiết tấu 節奏
7. bài hát 歌曲
8. đặt tình cảm 放情感
9. tham dự 參與
10. luyện tập 練習
11. việc học tập 學業
12. bài tập 功課
13. hoàn toàn 完全
14. ủng hộ 支持
15. thành tích 成績

C.　Ngữ pháp　　語法

1. 句型：**Khi (trong khi)** + 主語 + **đang** + 動詞 / 形容詞 + **thì** + 動詞 / 子句

　　「**Khi (trong khi)... đang...**」的組合相當於中文的「正當……正在……的時候」，**Khi (trong khi)** 出現在第一個子句前方，在子句中 **đang** 後方一般都是動詞 / 形容詞，此結構在第一個子句後方會另有一個動作、行為、表現等同時出現，表示兩個動作、行為、表現等在同時間發生，通常兩個子句間以 **thì** 來連接。

例如：1.**Khi** anh ấy **đang** luyện tập bài hát thì mẹ mang cà phê cho anh ấy uống.

　　　　當他正在練習歌曲時，媽媽則帶咖啡來給他喝。

　　　2.**Trong khi** ca sĩ **đang** bước ra sân khấu, thì khán giả vỗ tay nhiệt liệt.

　　　　正當歌手步出舞台時，觀眾則給予熱烈掌聲。

　　　3.**Trong khi** mẹ **đang** do dự thì anh ấy thuyết phục mẹ.

　　　　當媽媽還在猶豫時，他則說服了媽媽。

2. 主語 + **không những** + 動詞 / 形容詞 + **mà còn** + 動詞 / 形容詞 + **(nữa)**

　　không những... mà còn... (nữa) 相當於中文的「不但……還有……」。在 **không những** 和 **mà còn** 後方都是動詞或形容詞，**nữa** 在句尾。如果 **mà còn** 後方的子句有主語，主語要在 **mà** 和 **còn** 之間。

例如：1.Ban giám khảo **không những** đánh giá cao khả năng của anh ấy **mà còn** khẳng định sự biểu hiện của anh ấy.

　　　　評審團不但對他的能力給予高的評價，還肯定他的表現。

　　　2.Mẹ **không những** ủng hộ em **mà còn** thuyết phục ba cùng đi xem em biểu diễn. 媽媽不但支持我，還說服爸爸一起去看我表演。

　　　3.Ban giám khảo **không những** là những ca sĩ, nhạc sĩ có trình độ, có uy tín hiện nay **mà** họ **còn** là những người trẻ trung nữa.

　　　　評審團不但是目前擁有水準、威望的歌手、音樂家，他們還是年輕的人。

3. 句型：Tuy + 動詞 / 形容詞 / 句子 + nhưng + 動詞 / 形容詞 / 句子

　　「Tuy... nhưng...」相當於中文的「雖然……但是」，在 tuy 和 ...nhưng 後方都是動詞或形容詞或句子；表示前面的行為、動作或狀態與後面的行為、動作或狀態是相反、矛盾的。

例如：1.**Tuy** anh ấy luyện tập rất nhiều tháng, **nhưng** thành tích vẫn không tốt.
　　　　雖然他練習數個月，但是他的成績還是不好。

　　　2.**Tuy** kịch bản nước ngoài có yếu tố giải trí hấp dẫn, **nhưng** chưa phù hợp với thực tế của Việt Nam.
　　　　雖然國外的劇本有娛樂效果十足的元素，但尚未符合越南的實際情況。

4. 句型 a：Do (bởi) + 動詞 / 形容詞 / 子句 + cho nên (nên) + 動詞 / 形容詞 / 子句

　　　句型 b：某事情 + là do + 主語 + 動詞 / 形容詞

　　　句型 c：子句 A + là do + 子句 B

a.「**Do** + 動詞 / 形容詞 / 主句 + **cho nên** + 動詞 / 形容詞 / 子句」，Do... cho nên 相當於中文的「由於……所以……」，表示兩子句之間的因果關係。

例如：1.**Do** muốn xem thần tượng biểu diễn, **cho nên** tôi đã để dành tiền mua vé đi xem. 由於想看偶像表演，所以我已經存錢買票要去看。

　　　2.**Do** bởi dư luận than vãn quá nhiều, **nên** Đài truyền hình đổi mới chương trình.
　　　　由於輿論抱怨連連，所以電視台更新節目。

b. **do** 相當於中文的「由」，出現在主語前方，主語主要指人、單位等名詞，表示由主語進行某行為或動作。在 **do** 前方通常是指某事件。

例如：1.Bài tập của em ấy là **do** em ấy tự làm. 她的功課是她自己做。

　　　2.Việc bình chọn thí sinh được yêu thích là **do** khán giả quyết định.
　　　　評選最受歡迎的選手是由觀眾決定。

c. 子句 / 名詞 A + **là do** + 子句 B

　　do 相當於中文的「因為」，出現在結果的子句 A 與原因的子句 B 之間，表示因果關係。

例如：1.Thành tích mà anh ấy có **là do** anh ấy rất cố gắng.

　　　　他所擁有的成就是因為他努力得來的。

　　　2.Anh ấy cảm thấy mệt mỏi **là do** anh ấy luyện tập cả ngày.

　　　　他覺得很疲累是因為他整天練習。

5. Việc + 動詞 / 句子

　　名詞組合，表示某動作、行為的事。

例如：1.Mẹ ủng hộ **việc** em ấy tham dự cuộc thi Tiếng hát truyền hình.

　　　　媽媽支持她參加電視歌唱比賽的事。

　　　2.**Việc** tôn vinh bản sắc Việt đang được Ban giám khảo chú trọng.

　　　　展現越南民族色彩這件事正受評審團關注。

D. Bài luyện tập   練習

1. 以「**Do... cho nên**」來修飾下列句子。

例句：Anh ấy không đi đâu chơi cả, không có tiền.

　　　→Do không có tiền, cho nên anh ấy không đi đâu chơi cả.

1.1　Luyện tập nhiều tháng liền, anh ấy biểu diễn rất thành công.

_____

1.2　Chị ấy thiếu tự tin, không chuẩn bị tốt.

_____

1.3.　Lần thi này chị ấy rất cố gắng, lần thi trước biểu hiện không tốt.

_____

1.4.　Chị ấy thích xem chương trình giải trí, thường xem ti vi.

_____

1.5　Các ca sĩ hay hát, ca khúc này được khán giả yêu thích.

_____

2. 請用「**không những... mà còn...**」或「**Tuy... nhưng...**」來修飾下列的句子。

2.1　Chị ấy hát rất hay, biểu diễn rất tốt.

_____

2.2.　Ngôi sao này đã vắng bóng trên thị trường khá lâu, khán giả vẫn yêu thích anh ấy.

_____

2.3　Chị ấy đạt được danh hiệu cao trong cuộc thi, được khán giả yêu thích.

_____

2.4　Ca khúc này rất hay, nghe buồn quá!

_____

2.5　Bà ấy không trẻ trung lắm, bà ấy thích làm đẹp.

_____

2.6 Chị ấy rất đẹp, rất tự tin.

_____

2.7 Ban giám khảo chú trọng bản sắc Việt, đánh giá cao các ca khúc mang âm hưởng dân ca.

_____

2.8 Bà ấy xa lánh ông ấy, vẫn quan tâm cuộc sống của ông ấy.

_____

2.9 Ông ấy đã thuyết phục vợ khá lâu, bà ấy vẫn không ủng hộ.

_____

2.10 Đài truyền hình tổ chức các cuộc thi, bình chọn ra nhiều ngôi sao ưu tú.

_____

3. 重組下列句子。

3.1 tôi / tham dự / làm cho / rất / cuộc thi / chị ấy / vui / việc.

_____

3.2 quan trọng / mẹ / tôi / cho rằng / học hành / việc / rất / với.

_____

3.3 chú trọng / anh ấy / tham dự / luyện tập / việc / cuộc thi / rất / trước khi.

_____

3.4 quan trọng / đặt tình cảm / là / vào / rất / việc / bài hát / khi / biểu diễn.

_____

3.5 muốn / việc / quan tâm / rất / mẹ / chị ấy / kết hôn.

_____

4. 請用 **do**（由）來修飾下列的句子。

例句：Việc bình chọn thí sinh được yêu thích là khán giả quyết định.

　　　→Việc bình chọn thí sinh được yêu thích là do khán giả quyết định.

4.1　Em ấy có thể tham gia cuộc thi là mẹ em ấy hoàn toàn ủng hộ.

_____

4.2　Những bài hát ca sĩ này hát, đều được khán giả yêu thích.

_____

4.3　Thành tích của thí sinh là Ban giám khảo chấm điểm.

_____

4.4　Cuộc thi _Tiếng hát truyền hình_ là Đài truyền hình tổ chức.

_____

4.5　Ca sĩ này đoạt giải là khán giả bình chọn.

_____

5. 請以「 **... không những... mà còn... nữa** 」的組合來修飾下列句子。

例句：Chị ấy / rất dịu dàng / rất đẹp

　　　→Chị ấy không những rất đẹp mà còn rất dịu dàng nữa.

5.1　Tôi / lạc quan / rất tự tin

_____

5.2　Mẹ / thích chăm sóc trẻ em / yêu thương

_____

5.3　Ở đây bà ấy / giàu có / rất hạnh phúc

_____

5.4　Ông ấy / bệnh tật / đã già

_____

5.5　Ba của tôi / nghiêm khắc / ít nói

_____

E. Bài trắc nghiệm　　測驗

請仔細聆聽並回答以下的問題。

1. 是非題：請仔細聆聽並回答問題。

1.1　Ngày nay truyền hình là một loại hình giải trí rất phổ biến cho khán giả mọi lứa tuổi.

1.2　Một chương trình bổ ích là chương trình phù hợp với thực tế của Việt Nam và mang bản sắc dân tộc Việt Nam.

1.3　Đài truyền hình Việt Nam không có những chương trình ca nhạc dành cho các khán giả yêu thích âm nhạc.

1.4　Không có những chương trình với cách dàn dựng nặng về kinh doanh, ít chú trọng đến yếu tố âm nhạc Việt.

1.5　Một chương trình hay và có ý nghĩa là một chương trình biết kết hợp những yếu tố âm nhạc nước ngoài và yếu tố âm nhạc truyền thống.

---

2. 填充題：請仔細聆聽並完成以下的句子。

2.1　Các khán giả từ _____ đều có thể thông qua đó lựa chọn và đón xem những chương trình mà mình yêu thích.

2.2　Thông qua chương trình người xem có được _____, nhưng vẫn không thiếu nét văn hóa đậm đà của Việt Nam.

2.3 Tiếng hát truyền hình năm 2012 _____ những cuộc thi tiếng hát hay được nhiều khán giả đón xem.

2.4 Trong đó điều đáng nói nhất là các cuộc thi vắng bóng những _____, ca khúc mang âm hưởng dân ca.

2.5 Đây cũng chính là chương trình mà Đài truyền hình _____ muốn hướng tới.

F. Bài viết / 寫作

請針對下列的主題寫一篇六百個字以上的文章。

Hãy viết một bài văn ngắn về việc giải trí hàng ngày của bạn hoặc những giải trí mà hiện nay người trẻ tuổi thường quan tâm và yêu thích.

_____

_____

_____

_____

_____

_____

_____

_____

_____

_____

_____

_____

_____

_____

MEMO

Bài 6　Bệnh tật
第六課　疾病

本課學習目標

（一）學習閱讀談論式的文章
（二）以情境的方式認識較有深度的會話內容
（三）認識語法：
　　　主語 + **làm cho / khiến cho** + 人 / 事 / 物 + 動詞 / 形容詞
　　　「**đôi khi / ít khi** + 句子 / 動詞」或「主語 + **ít khi** + 動詞」
　　　không + **ai / gì đâu** / 名詞 + **nào** + 動詞 / 形容詞 + **cả / hết**
　　　không + **ai / gì đâu** / 名詞 + **nào** + 動詞 / 形容詞 + **bằng / như /**
　　　giống như
　　　niềm + 正面情緒的形容詞 ＝ 名詞組合
（四）以習題來練習使用本課語法
（五）以報導方式引導練習，並培養聽力、書寫能力
（六）以寫作來提升作文能力

A. Bài đọc / 課文

Những dấu hiệu của trầm cảm

Bác sĩ Phan Mỹ Hạnh trong bài báo "Những dấu hiệu của trầm cảm" đã nói về những nguyên nhân và triệu chứng của chứng bệnh thời hiện đại, đó là bệnh trầm cảm, đồng thời qua bài viết bác sĩ cũng đưa ra những lời khuyên cho những người có khuynh hướng mắc chứng bệnh này.

Trầm cảm ngày nay thường gặp nhiều trong số các bệnh nhân đến khám ở các phòng khám đa khoa. Trầm cảm xảy ra ở mọi lứa tuổi, từ trẻ em đến các cụ già, tuy nhiên bệnh nhân nữ trung niên thường chiếm đa số.

Dưới đây là một số triệu chứng của trầm cảm:

1. Buồn vì tình trạng sức khỏe, gia đình, công việc, tài chính...

2. Chán nản, không còn ham thích đến thú vui giải trí hằng ngày, ngay cả trong quan hệ vợ chồng

3. Mệt mỏi, thấy công việc trong ngày trở nên nặng nhọc, phải gắng sức hơn bình thường

4. Cảm thấy có lỗi khi không lo lắng được cho gia đình, hoặc là gánh nặng cho gia đình

5. Ăn không ngon (hay ăn quá nhiều)

6. Tăng hoặc giảm cân

7. Lo lắng thái quá

8. Trí nhớ bị giảm sút, hay quên, không tập trung tư tưởng

9. Những rối loạn về thể chất (đau ngực, nhức đầu, rối loạn tiêu hóa...)

10. Khó ngủ (hay ngủ quá nhiều)

11. Có ý nghĩ hay hành vi tự tử

Khi có đầy đủ các triệu chứng trên, bạn nhất thiết phải gặp ngay một bác sĩ chuyên khoa tâm thần. Nếu chỉ gặp một trong bất kỳ triệu chứng nào trong thời gian dài, bạn cũng nên cần được tư vấn kịp thời.

Qua một số cuộc điều tra, người ta nhận thấy có những người phụ nữ không bao giờ trải qua trầm cảm là do cuộc sống quá bận rộn. Họ luôn gặp gỡ bạn bè, đôi khi chỉ tán gẫu hay cùng tập thể dục ở công viên, hoặc thường xuyên nghe nhạc, xem phim, đọc báo, đọc tiểu thuyết, viết văn... Nói một cách khác, những người phụ nữ biết cách tự mình tìm niềm vui trong mọi công việc, đồng thời sống một cuộc sống không chỉ chăm bẵm vào việc "hi sinh" cho gia đình, mà còn biết cách hưởng thụ cuộc sống sẽ rất ít khi bị trầm cảm.

Nên xem trầm cảm là một căn bệnh, giống như bất kỳ một căn bệnh nào khác, cần phải được điều trị và theo dõi kịp thời. Trầm cảm và rối loạn lo âu có thể điều trị được hoặc sẽ được nếu chúng ta đều biết là phải quan tâm chữa chạy như tất cả các căn bệnh khác.

Từ mới bài đọc 課文生詞

MP3-027

1. bác sĩ 醫生
2. dấu hiệu 徵兆 / 跡象
3. trầm cảm 憂鬱
4. triệu chứng 症狀
5. chứng bệnh / căn bệnh 疾病
6. khuynh hướng 傾向
7. mắc 罹患
8. trong số… 之中
9. bệnh nhân 病人
10. khám 檢查 / 看病
11. phòng khám đa khoa 綜合診所
12. mọi lứa tuổi 各年齡層
13. trung niên 中年
14. chiếm đa số 占多數
15. tài chính 財務
16. tình trạng sức khỏe 健康狀況
17. chán nản 灰心
18. ham thích 喜好 / 喜愛
19. thú vui 樂趣
20. quan hệ vợ chồng 夫妻關係
21. nặng nhọc 繁重 / 辛苦
22. gắng sức 加倍努力 / 奮力
23. có lỗi 有罪惡感 / 有錯
24. gánh nặng 負擔
25. tăng 增加
26. giảm cân 減重
27. thái quá 過度 / 過分 / 過量
28. trí nhớ 記憶
29. giảm sút 下降 / 減少
30. hay quên 健忘
31. tập trung tư tưởng 集中思考
32. rối loạn về thể chất 體質不好
33. rối loạn tiêu hóa 消化系統不良
34. khó ngủ 睡眠（品質）不好
35. hành vi tự tử 自殺行為
36. chuyên khoa tâm thần 精神專科
37. tư vấn 諮詢
38. kịp thời 及時
39. cuộc điều tra 調查（名詞）
40. không bao giờ trải qua 不會經歷過
41. tán gẫu 閒聊
42. nghe nhạc 聽音樂
43. đọc tiểu thuyết 看小說
44. viết văn 寫文章
45. tự mình 自己
46. chăm bẵm 聚精會神 / 細心照顧
47. hi sinh / hy sinh 犧牲
48. điều trị / chữa chạy 治療
49. theo dõi 追蹤
50. rối loạn lo âu 焦慮症

讀後思考問題

Sau khi đọc hiểu bài đọc, bạn hãy cho biết suy nghĩ của bạn về:

1. Việc chăm sóc sức khỏe.

2. Phụ nữ nội trợ nên làm gì để có cuộc sống vui vẻ.

3. Thường xuyên quan tâm đến người thân, bạn bè có thể giúp họ khỏe mạnh.

B. Hội thoại　會話

Bác sĩ đang khám cho bệnh nhân.

醫生跟病人對話。

Bác sĩ: Xin chào chị, chị cảm thấy không khỏe chỗ nào?

Bệnh nhân: Dạo này tôi khó ngủ và thường bị nhức đầu.

Bác sĩ: Tình trạng này xảy ra bao lâu rồi?

Bệnh nhân: Cũng hơn một hai tuần rồi. Đôi khi tôi cảm thấy tức ngực.

Bác sĩ: Chị ăn uống có bình thường không?

Bệnh nhân: Tôi luôn cảm thấy ăn không ngon. Không có cái gì làm tôi muốn ăn cả.

Bác sĩ: Có vấn đề gì khiến chị lo lắng không?

Bệnh nhân: Ồ, rất nhiều. Chuyện gia đình ấy mà!

Bác sĩ: Chị có chia sẻ vấn đề mà chị lo lắng với người nhà không?

Bệnh nhân: Tôi nghĩ không ai hiểu tôi cả.

Bác sĩ: Lo lắng thái quá cũng sẽ khiến cho tình trạng sức khỏe giảm sút.

Bệnh nhân: Vì tôi cũng không muốn gây thêm gánh nặng cho người nhà.

Bác sĩ: Không người nào có thể hiểu chị bằng người thân bạn bè của chị.

Bệnh nhân: Thế tôi phải làm sao?

Bác sĩ: Tôi sẽ kê đơn thuốc cho chị, ngoài việc uống thuốc ra chị nên chia sẻ với người nhà về tình trạng của chị, về sự lo lắng của chị. Họ có thể giúp chị cùng vượt qua.

Bệnh nhân: Cảm ơn bác sĩ. Tôi sẽ cố gắng làm theo lời chỉ dẫn của bác sĩ.

Từ mới hội thoại 會話生詞

1.	chỗ 地方 / 位子	*8.*	gây thêm 製造更多 / 帶來更多
2.	dạo này 最近	*9.*	người thân bạn bè 親朋好友
3.	tức ngực 胸悶	*10.*	kê đơn thuốc 開藥單
4.	bình thường 平常	*11.*	uống thuốc 吃藥
5.	khiến (cho) 使	*12.*	vượt qua 度過
6.	chia sẻ 分攤 / 分享 / 分擔	*13.*	làm theo 照著做
7.	hiểu 瞭解	*14.*	lời chỉ dẫn 指引（名詞）

C. Ngữ pháp 語法

1. 句型：主語 + **làm cho / khiến cho** + 人 / 事 / 物 + 動詞 / 形容詞

　　làm cho / khiến cho 相當於中文的「使」，出現在指人、事、物的名詞前方，表示主語使該人、事、物有某種感覺 / 處於某種狀況或要進行某行為或動作。

例如：1.Trầm cảm **khiến cho** trí nhớ bị giảm sút. 憂鬱症使記憶衰退。

　　　2.Công việc nặng nhọc **khiến cho** anh ấy cảm thấy chán nản.
　　　　繁重的工作使他感到灰心。

　　　3.Do ăn quá nhiều **làm cho** anh ấy tăng cân. 由於吃了過多使他增加體重。

2. 「**đôi khi / ít khi** + 句子 / 動詞」或「主語 + **ít khi** + 動詞」

　　đôi khi / ít khi + 句子 / 動詞中，**đôi khi / ít khi** 相當於中文的「有時候 / 很少」，指的是時間狀態，它們通常出現在句子前方。另外 **ít khi** 也可以出現在主語與動詞之間。

例如：1.**Đôi khi** chị ấy cảm thấy đau ngực. 她有時覺得胸悶。

　　　2.**Ít khi** bà ấy tán gẫu với bạn bè. 她很少和朋友閒聊。

　　　3.Ông ấy **ít khi** khó ngủ. 他很少睡眠不好。

3. 句型：**không** + **ai / gì / đâu** / 名詞 + **nào** + 動詞 / 形容詞 + **cả / hết**

　　否定句子中「**không... ai**」、「**không... gì**」、「**không... đâu**」、「**không... 名詞 + nào**」相當於中文的「沒有誰」、「沒有什麼」、「沒有哪裡」、「沒有哪個」。此句型出現在動詞或形容詞前方，並搭配 **cả** 或 **hết** 在句尾，強調沒有任何人、事、物能夠有某個表現或某性質。

例如：1.Chị ấy nói **không ai** có lỗi trong việc này **cả**. 她說在這件事中沒有任何人有錯。

　　　2.Chứng bệnh này ở giai đoạn đầu **không** có triệu chứng **gì cả**.
　　　　這病症在初期沒有任何症狀。

　　　3.Hôm qua ông ấy ở nhà, **không** đi **đâu hết**. 昨天他在家裡，任何地方都沒去。

4.Ở đây **không** bệnh nhân **nào** không biết bác sĩ này **hết**.

在這裡沒有哪個病人不認識這位醫生。

4. 句型：**không + ai / gì / đâu** 名詞 **+ nào +** 動詞 / 形容詞 **+ bằng / như / giống như**

比較的句子中，「**không ai**」、「**không gì**」、「**không đâu**」、「**không 名詞 + nào**」，相當於中文的「沒有誰」、「沒有什麼」、「沒有哪裡」、「沒有哪個」，出現在動詞 / 形容詞前方並搭配 **bằng** 或 **như** 或 **giống như**。在 **bằng** 或 **như** 或 **giống như** 後方是名詞（指人、事、物），強調沒有任何人、事、物「等同」或「像」**bằng / như / giống như** 後方所提的人、事、物。

例如：1.**Không ai** quan tâm bệnh nhân **giống như** bác sĩ Hạnh.

沒有任何人像 Hạnh 醫生那麼關心病人。

2.**Không gì** thú vị **bằng** tán gẫu với bạn bè.

沒有任何樂趣可以像和朋友閒聊那麼有趣。

3.**Không đâu** phục vụ tốt **như** bệnh viện này.

沒有任何地方像這個醫院服務那麼好。

4.**Không** có phòng khám đa khoa **nào** nhiều bệnh nhân **như** phòng khám này.

沒有任何一家綜合診所像這間診所有那麼多病人。

5. niềm + 正面情緒的形容詞 = 名詞組合

niềm 通常與正面的感受、心情之形容詞（如幸福、快樂等）結合變成名詞組合。

例如：1.Bà ấy luôn mang lại **niềm** vui cho mọi người. 她總是帶給大家快樂。

2.Chị ấy chia sẻ **niềm** hạnh phúc với gia đình. 她與家庭分享幸福。

D. Bài luyện tập   練習

1. 以 **khiến cho** 來修飾下列句子。

例句：Xem phim với bạn bè chị ấy rất vui vẻ.

   →Xem phim với bạn bè khiến cho chị ấy rất vui vẻ.

1.1   Bệnh trầm cảm bà ấy khó ngủ, rối loạn tiêu hoá.

_____

1.2   Vì giảm cân thái quá chị ấy bị bệnh rồi.

_____

1.3.   Vì bị bệnh bà ấy không ham thích thú vui giải trí nào cả.

_____

1.4.   Vì chăm bẵm hi sinh cho gia đình bà ấy không hưởng thụ gì cả.

_____

1.5   Sự chuyên nghiệp của bác sĩ bệnh nhân yên tâm.

_____

2. 請用 **đôi khi** 或 **ít khi** 填充句子。

2.1   _____ có tiền, anh ấy mời bạn bè uống cà phê.

2.2   Vì quá bận rộn, nên anh ấy _____ gọi điện thoại cho tôi.

2.3   _____ nói chuyện với mẹ, nên anh ấy không hiểu mẹ lắm.

2.4   _____ ba về muộn, khiến mẹ rất lo lắng.

2.5   Vì tình trạng sức khỏe _____ anh ấy chán nản muốn thôi việc.

3. 以 **không... ai / không... gì / không... đâu / không... 名詞 + nào... cả** 來修飾下列句子。

例句：Chị ấy nói bây giờ ở nhà mọi người đã đi chơi.

   →Chị ấy nói bây giờ ở nhà không có ai cả.

3.1 Hôm nay bà ấy chỉ ở nhà.

_____

3.2 Cả ngày hôm nay mẹ chỉ uống nước.

_____

3.3 Bà ấy không nói chuyện với mọi người.

_____

3.4 Anh ấy thích ở nhà, không muốn đi làm.

_____

3.5 Em ấy rất mệt không muốn nói chuyện.

_____

4. 重組下列句子。

4.1 khiến / người ta / lo âu / khó / rối loạn / ngủ.

_____

4.2 như / ai / ở / gắng sức / không / đây / chị ấy.

_____

4.3 nói / không có / bệnh / gì / bác sĩ / bà ấy / bệnh.

_____

4.4 tư tưởng / khiến / không thể / hay quên / làm việc / không / anh ấy / tập trung.

_____

4.5 điều trị được / bệnh / sẽ / được / trầm cảm / kịp thời / đôi khi / tư vấn.

_____

5. 請用 **không ai / không gì / không đâu / không 名詞 + nào... như** 來修飾下列的句子。

例句：Bệnh viện này phục vụ tốt nhất.

　　→Không đâu phục vụ tốt như bệnh viện này.

5.1   Bà ấy là người hiểu tôi nhất.

_____

5.2   Hôm nay là ngày vui nhất.

_____

5.3   Bệnh trầm cảm là chứng bệnh mà phụ nữ mắc bệnh nhiều nhất.

_____

5.4   Phòng khám đa khoa này có nhiều bác sĩ giỏi nhất.

_____

5.5   Trong nhà mẹ là người hi sinh nhiều nhất.

_____

6. 請以「**niềm**」來修飾下列句子。

例句：Nghe nhạc là vui của mẹ.

　　　→Nghe nhạc là <u>niềm</u> vui của mẹ.

6.1   Ông ấy cho rằng con trai là tự hào của ông ấy.

_____

6.2   Sự thành đạt của con cái chính là hạnh phúc của mẹ.

_____

6.3   Sau khi về hưu, đọc sách là vui của ông ấy.

_____

6.4   Sự ủng hộ của gia đình mang lại tin cho bà ấy.

_____

6.5   Vui lớn nhất của bà ấy bây giờ là chăm sóc gia đình.

_____

E. Bài trắc nghiệm 測驗

請仔細聆聽並回答以下的問題。

1. 是非題：請仔細聆聽並回答問題。

1.1 Bệnh trầm cảm là một chứng bệnh mà mọi lứa tuổi đều có khả năng mắc phải.

_____

1.2 Người bị bệnh trầm cảm thường cảm thấy mình là một gánh nặng cho gia đình.

_____

1.3 Những người có cuộc sống bận rộn, thích gặp gỡ bạn bè tán gẫu, xem phim, đọc sách... thường bị trầm cảm.

_____

1.4 Nên bỏ nhiều thời gian để nói chuyện, chăm sóc động viên người bị trầm cảm.

_____

1.5 Người bị bệnh trầm cảm không cần người thân và bạn bè giúp họ.

_____

1.6 Nếu được bác sĩ tư vấn kịp thời thì bệnh trầm cảm có thể điều trị được.

_____

2. 填充題：請仔細聆聽並完成以下的句子。

2.1 Một người khi bị bệnh trầm cảm có thể sẽ bị _____ , hay quên.

2.2 Nếu người thân bạn bè của bạn có _____ mắc bệnh trầm cảm.

2.3 Bạn nên bỏ nhiều thời gian để _____ với họ.

2.4 Chăm sóc động viên họ để họ _____ những lo lắng trong lòng họ.

2.5 Hãy quan tâm và _____ như những bệnh khác.

F. Bài viết   寫作

請針對下列的主題寫一篇六百個字以上的文章。

Hãy viết một bài văn ngắn về những kinh nghiệm về bệnh tật mà bạn đã trải qua. Cảm nghĩ của bạn về việc chăm sóc sức khỏe lúc bình thường.

_____

_____

_____

_____

_____

_____

_____

_____

_____

_____

_____

_____

_____

_____

Bài 7 Thời trang
第七課　時裝

本課學習目標

（一）學習閱讀談論式的文章
（二）以介紹的方式認識較有深度的會話內容
（三）認識語法：
　　　主語（指事、物）**+ được / bị +** 動詞
　　　動詞 **+ bằng +** 名詞
　　　主語 **+ cứ tưởng +** 動詞 / 形容詞
　　　主語 **+ cho rằng / cho thấy / cho biết +** 句子
　　　主語 **+ chỉ +** 動詞 / 形容詞 **+ sao?**
（四）以習題來練習使用本課語法
（五）以報導方式引導練習，並培養聽力、書寫能力
（六）以寫作來提升作文能力

A. **Bài đọc**   課文

Thời trang truyền thống - Áo Dài Việt Nam

Có thể nói chiếc áo dài truyền thống của Việt Nam đã ra đời từ thế kỷ 17 và phát triển theo từng thời kỳ khác nhau với những thay đổi trong nhiều kiểu dáng khác nhau, nhưng về tổng thể thì nay chiếc áo dài Việt Nam là một chiếc áo với thân dài đến ngang đầu gối, cổ tàu dạng đứng, tay áo ráp-lăng (raglan) dài - tay áo được nối với thân từ chéo vai - và xẻ tà ngang eo, chít eo vừa người. Áo dài được mặc với quần may rất dài với gấu rộng, gọi là quần dài.

Áo dài thường được chọn may bằng những chất liệu vải mềm, mỏng nhẹ. Trước đây người ta chủ yếu may áo dài bằng tơ tằm hoặc lụa, hiện nay với nền công nghiệp dệt phát triển thì chiếc áo dài càng có nhiều sự lựa chọn đa dạng và phong phú hơn trong chất liệu may.

Ngày nay, đâu đâu chúng ta cũng thấy bóng dáng của tà áo dài thướt tha: trên sân trường với đồng phục nữ sinh, trên bục giảng với áo dài cho các cô giáo, ngoài ra áo dài còn xuất hiện trong trang phục của nhân viên trong các công ty, trong các cửa hàng, trên máy bay, và cả trên đường phố. Áo dài còn là trang phục không thể thiếu trong ngày cưới của rất nhiều đôi thanh niên nam nữ.

Có rất nhiều từ để có thể nói về chiếc áo dài Việt Nam với niềm cảm hứng của nhiều nghệ sĩ trong thơ ca, hội họa, nhiếp ảnh. *"Áo dài Việt Nam kín đáo mà gợi cảm"*, lời đánh giá ngắn gọn này đã đủ nói lên chính xác vẻ đẹp của chiếc áo dài - trang phục truyền thống của người phụ nữ Việt Nam.

Ở bất cứ nơi nào trên thế giới, người Việt Nam luôn tự hào về chiếc áo dài truyền thống trong những dịp đại hội, lễ nghi, hay những buổi tiệc trang trọng. Và áo dài luôn khiến người phụ nữ Việt Nam có một sức hút lạ kì đến từ vẻ "gợi cảm" và "kín đáo" của mình.

Từ mới bài đọc 課文生詞

MP3-032

1. áo dài 越南長衫
2. thế kỷ 世紀
3. từng thời kỳ 每時期
4. thay đổi 變化 / 改變 / 換
5. kiểu dáng 樣式
6. tổng thể 整體
7. thân (áo) 衣襟
8. ngang đầu gối 齊膝部
9. cổ tàu dạng đứng 中式立領
10. tay áo ráp-lăng (raglan) 叉肩長袖
11. chéo 斜
12. xẻ tà ngang eo 開衩至腰間
13. chít eo vừa người 腰圍束緊合身
14. gấu rộng 寬褲管
15. chất liệu 質料
16. vải 布料
17. mềm 柔軟
18. mỏng nhẹ 輕薄
19. tơ tằm 絲綢
20. lụa 綢緞
21. nền công nghiệp dệt 紡織工業
22. đâu đâu 處處 / 到處
23. bóng dáng 身影
24. tà áo dài thướt tha 長衫的輕盈衣襟
25. sân trường 校園

26. bục giảng 講台
27. trang phục 服裝 / 服飾
28. đường phố 街坊 / 街道
29. thiếu 缺乏
30. ngày cưới 婚禮
31. đôi thanh niên nam nữ
    男女青年情侶
32. từ 詞 / 辭
33. niềm cảm hứng 靈感
34. thơ ca 詩歌
35. hội họa 繪畫
36. nhiếp ảnh 攝影
37. kín đáo 低調 / 莊重
38. gợi cảm 性感
39. ngắn gọn 簡短
40. chính xác 正確
41. bất cứ nơi nào 任何哪一地方
42. tự hào 驕傲 / 自豪
43. đại hội 大會
44. lễ nghi 禮儀 / 儀式 / 典禮
45. buổi tiệc / bữa tiệc 宴會
46. trang trọng 莊重 / 莊嚴
47. sức hút 引力 / 吸力
48. lạ kì 奇妙

讀後思考問題

Sau khi đọc hiểu bài đọc, bạn hãy cho biết suy nghĩ của bạn về:

1. Y phục truyền thống thể hiện điều gì của một dân tộc?

2. Người ta có thể đánh giá người khác qua cách ăn mặc không?

3. Xu hướng ăn mặc hiện nay của chúng ta như thế nào?

B. Hội thoại 會話

Người bạn Việt Nam chia sẻ cách ăn mặc của người Việt Nam với một người bạn Đài Loan.

越南朋友在與台灣朋友分享越南人的穿著方式。

Người bạn Đài Loan: Khi tôi đi Việt Nam du lịch, tôi rất thích ngắm nhìn các cô gái mặc áo dài trắng trên đường phố.

Người bạn Việt Nam: Ồ, họ là nữ sinh trung học cấp 3 đó!

Người bạn Đài Loan: Nữ sinh trung học mặc áo dài trắng rất đẹp. Nhưng tại sao lại chọn màu trắng thế?

Người bạn Việt Nam: Vì màu trắng biểu tượng cho sự trong trắng và tinh khiết của thiếu nữ.

Người bạn Đài Loan: Vậy à! Lúc đầu tôi cứ tưởng áo dài trắng là quốc phục Việt Nam.

Người bạn Việt Nam: Bạn nói không sai, áo dài là biểu tượng của trang phục Việt Nam, nhưng không nhất thiết là màu trắng. Màu trắng là màu dành cho đồng phục học sinh.

Người bạn Đài Loan: Tôi cho rằng áo dài làm cho thiếu nữ Việt Nam rất thanh lịch.

Người bạn Việt Nam: Phải, phụ nữ Việt Nam thường mặc áo dài trong những bữa tiệc trang trọng như tiệc cưới, hoặc trong các nghi lễ tiếp đón khách nước ngoài.

Người bạn Đài Loan: Thế ngày thường người Việt Nam có mặc áo dài đi làm hay đi chơi không?

Người bạn Việt Nam: Có, nhưng đa phần áo dài chỉ được mặc ở nơi công sở, không thích hợp với công việc lao động chân tay. Đôi khi một số chị em cũng thường mặc áo dài xuống phố vào những ngày Tết.

Người bạn Đài Loan: Thế áo dài chỉ dành riêng cho phụ nữ thôi sao?

Người bạn Việt Nam: Không phải, cũng có áo dài cho nam giới. Ngày nay nam giới thích mặc quần tây áo sơ-mi hơn. Tuy nhiên trong ngày cưới cũng có rất nhiều chú rể mặc áo dài.

Người bạn Đài Loan: Bạn thích mặc áo dài không?

Người bạn Việt Nam: Rất thích. Tôi chỉ mặc áo dài trong những dịp đặc biệt.

Người bạn Đài Loan: Nếu có dịp bạn mặc cho tôi xem nhé!

Người bạn Việt Nam: Tôi cho rằng bạn mặc áo dài cũng sẽ rất đẹp.

Người bạn Đài Loan: Ồ, chắc là thú vị lắm!

Từ mới hội thoại　會話生詞

1. ngắm nhìn　觀賞 / 觀看
2. cô gái　女孩 / 小姐
3. áo dài trắng　白長衫
4. nữ sinh　女生 / 女學生
5. tại sao　為什麼
6. biểu tượng　象徵
7. trong trắng　純白
8. tinh khiết　純潔
9. thiếu nữ　少女
10. quốc phục　國服

11. không sai　沒有錯
12. tiệc cưới　婚宴
13. tiếp đón　接待
14. khách nước ngoài　外賓
15. nơi công sở　辦公處
16. lao động chân tay　藍領工作
17. xuống phố　逛街
18. dành riêng　專屬
19. nam giới　男性
20. chú rể　新郎

C. Ngữ pháp　語法

1. 句型：主語（指事、物）**+ được / bị +** 動詞

　　được 相當於中文的「被」，出現在指事、物的主語後方和在動詞前方，表示該主語在某個行為或動作中是被動的。如果句子中有主動進行該行為或動作的人，那麼它會在 **được** 後方和動詞前方。

　　另外，**được** 適用於正面的行為，如果是負面的行為，我們會用 **bị**（被）來替代。

例如：1.Áo dài **được** mặc với quần may rất dài với gấu rộng.

　　　　越南長衫與寬褲管的長褲搭配。

　　　2.Áo dài **được** nhiều nhà thiết kế chọn làm áo dạ hội.

　　　　越南長衫被許多設計師選為晚禮服。

　　　3.Con mèo **được** mẹ em chăm sóc rất tốt. 貓咪被我媽媽照顧得很好。

　　　4.Những loại vải mềm, mỏng nhẹ **được** dùng để may áo dài.

　　　　柔軟、輕薄的布料被用來縫製長衫。

　　　5.Chiếc áo sơ-mi này đã **bị** em ấy làm dơ rồi. 這一件襯衫已被他弄髒了。

　　　6.Chị đi xa, con mèo **bị** bỏ đói nhiều ngày. 姊姊遠行，貓咪餓了好多天。

2. 句型：主語 **+** 動詞 **+ bằng +** 名詞（指材料、工具、方式）

　　bằng 在句子中位於指材料、工具、方式等名詞前方以及在動詞後方，相當於中文的「用（以）⋯⋯製作、行動」，強調主語是用 **bằng** 後方的材料、工具或方式所製作出來或用來行動的。

例如：1.Áo dài thường được may **bằng** vải lụa, tơ tằm. 長衫常用以綢緞、絲綢縫製。

　　　2.Chiếc áo này thêu **bằng** tay. 這件衣服以手工刺繡。

　　　3.Người quân tử chỉ nói **bằng** miệng. 君子只動口（君子只以嘴巴說話）。

　　　4.Anh ấy đến đây **bằng** xe buýt. 他以巴士（坐巴士）來這裡。

5.Anh ấy luyện tập tiếng Việt **bằng** cách nghe đài mỗi ngày.

他以每天聽電台的方式練習越南語。

3. 句型：主語 + cứ tưởng + 句子 / 動詞 / 形容詞

cứ tưởng 相當於中文的「一直以為」，出現在句子或動詞 / 形容詞前方，表示 **cứ tưởng** 後方主語所想的內容和事實有所出入。

除此之外，我們也可以用 **cứ nghĩ (là)**、**cứ ngỡ (rằng)**、**cứ cho rằng**，它們的意思及其用法與 **cứ tưởng** 是一樣的。

例如：1.Tôi **cứ tưởng** nam giới Việt Nam không mặc áo dài.

我一直以為越南男性不穿長衫。

2.Nhiều người **cứ cho rằng** áo dài chỉ được mặc trong các buổi lễ tiệc.

很多人一直認為長衫只得在各場宴席裡穿搭。

3.Mẹ **cứ ngỡ rằng** chị ấy không muốn kết hôn với anh ấy.

媽媽一直以為她不願意跟他結婚。

4. 句型：主語 + cho rằng / cho thấy / cho biết + 句子 / 動詞

cho rằng / cho thấy / cho biết 相當於中文的「認為 / 可見 / 表示、告知」，出現在句子或動詞前方，表示主語對 **cho rằng / cho thấy / cho biết** 後方的內容之想法或定義。

例如：1.Anh ấy **cho rằng** phụ nữ Việt Nam mặc áo dài rất thanh lịch.

他認為越南女性穿長衫很典雅。

2.Phụ nữ Việt Nam luôn mặc áo dài trong những nghi lễ trang trọng, **cho thấy** họ rất tự hào về áo dài Việt nam.

越南女性總是在莊重的儀式裡穿長衫，可見她們對長衫感到驕傲。

3.Bà ấy **cho biết** tôi sẽ được mời đi dự Đại hội người Việt Nam ở nước ngoài.

她告知我將會被邀請參加在海外的越南人大會。

5. 句型：主語 **+ chỉ +** 動詞 **/** 形容詞 **+ sao?**

　　chỉ... sao 在疑問句子中，相當於中文的「只……嗎？」。在 **chỉ** 後方是動詞 /
形容詞，**sao** 在句尾部分，表示對主語的行為、動作、狀態感到驚訝、疑惑。

例如：1.Loại vải này **chỉ** có màu trắng thôi **sao**? 這種布只有白色而已嗎？

　　　2.Mẹ nói anh ấy **chỉ** mặc quần tây **sao**? 媽媽說他只穿西裝褲嗎？

　　　3.Hôm nay chị ấy **chỉ** ăn cháo thôi **sao**? 今天她只吃稀飯而已嗎？

D. Bài luyện tập　練習

1. 以 **được** 或 **bị** 來修飾下列句子。

例句：Tiệc cưới của anh ấy tổ chức rất trang trọng.

　　　→Tiệc cưới của anh ấy được tổ chức rất trang trọng.

1.1　Chiếc áo dài đánh giá là kín đáo và gợi cảm.

_____

1.2　Buổi tiệc hôm nay nhiều người đánh giá không tốt lắm.

_____

1.3　Bà ấy thích mặc áo dài thiết kế chít eo vừa người.

_____

1.4　Niềm cảm hứng từ áo dài nhiều nghệ sĩ dùng trong thơ ca, hội họa...

_____

1.5　Anh ấy không muốn mặc chiếc áo đã em ấy làm dơ.

_____

2. 請用 **cho rằng** 或 **cho thấy** 或 **cho biết** 填充句子。

2.1　Bà ấy _____ em ấy mặc áo dài trắng rất đẹp.

2.2　Các đôi nam nữ thích mặc áo dài trong ngày cưới, _____ áo dài được đánh giá cao.

2.3　Sau khi trở về, bà ấy _____ ngày nay ở Việt Nam đâu đâu cũng có bóng dáng của tà áo dài thướt tha.

2.4　Áo dài xuất hiện ở trường học, ở công ty, trên máy bay..., _____ áo dài rất được yêu thích.

2.5　Anh ấy _____ nền công nghiệp dệt ở Việt Nam hiện nay rất phát triển.

2.6　Sau khi thảo luận, bà ấy _____ sẽ thay đổi chất liệu vải mới cho họ.

2.7　Nhiều người _____ mặc áo chít eo vừa người rất gợi cảm.

2.8 Ngày nay nhiều chú rể mặc áo dài trong ngày cưới, _____ áo dài không phải chỉ dành riêng cho phụ nữ.

2.9 Khi nói chuyện với tôi, chị ấy _____ áo dài là biểu tượng của trang phục Việt Nam.

2.10 Anh ấy _____ nhiều người đánh giá áo dài Việt Nam có sức hút lạ kì là rất chính xác.

3. 重組下列句子。

3.1 cứ / tôi / lao động / người / tưởng / chân tay / bà ấy / là.

_____

3.2 cho / cho rằng / thiếu nữ / chị ấy / màu trắng / sự / tinh khiết / của / biểu tượng / là.

_____

3.3 qua / hôm / bằng / về / tắc-xi / nhà / ba / xe.

_____

3.4 trang trọng / được / trong / các / mặc / nghi lễ / áo dài.

_____

3.5 ngày / đi / chỉ / mai / có / anh / sao / thôi?

_____

4. 請用 **bằng** 來修飾下列的句子。

例句：Cái quần này được may vải có chất liệu tốt.

→Cái quần này được may bằng vải có chất liệu tốt.

4.1 Mẹ có rất nhiều quần áo may tay.

_____

4.2 Chị ấy quyết định mua tặng anh ấy ba lô làm da dê.

_____

4.3   Anh ấy cho rằng đi Hoa Liên máy bay sẽ nhanh hơn.

_____

4.4   Sự dịu dàng bà ấy đã thuyết phục được ông ấy.

_____

4.5   Người Việt Nam chủ yếu ăn thức ăn được chế biến gạo.

_____

5. 請以 **cứ tưởng** 來修飾下列句子。

例句：Chị ấy không cao lắm, nhưng mọi người không biết.

　　　→Mọi người cứ tưởng chị ấy cao lắm.

5.1   Anh ấy không biết chất lượng vải này không tốt.

_____

5.2   Hôm nay chị ấy không vui, nhưng mọi người không biết.

_____

5.3   Mẹ không biết chị ấy đã mua áo dài mới.

_____

5.4   Chị ấy nghĩ áo dài chỉ dành riêng cho phụ nữ, nhưng không đúng.

_____

5.5   Anh ấy cho rằng chị ấy đã ngủ rồi, nhưng không phải.

_____

6. 請以 **chỉ .... sao?** 組合來轉換下列句子成疑問句子。

例句：Bà ấy chỉ mặc áo dài thôi.

　　　→Bà ấy chỉ mặc áo dài thôi sao?

6.1   Lần này anh ấy muốn đi thành phố Đà Nẵng thôi.

_____

6.2   Áo dài may bằng loại tơ tằm này.

_____

6.3   Chỉ có nữ sinh trung học mặc áo dài trắng.

_____

6.4   Anh ấy đến đây một mình.

_____

6.5   Bữa tiệc này chỉ mời khách nước ngoài.

_____

E. **Bài trắc nghiệm**　測驗

請仔細聆聽並回答以下的問題。

1. 是非題：請仔細聆聽並回答問題。

1.1　Áo dài được xem là biểu tượng cho trang phục Việt Nam.

_____

1.2　Người phụ nữ Việt Nam chỉ mặc áo dài trong khi làm việc.

_____

1.3　Chiếc áo dài Việt Nam cũng được mặc khi tiếp đón khách nước ngoài.

_____

1.4　Khi mặc áo dài người phụ nữ trông rất thanh lịch và có sức hút kì lạ.

_____

1.5　Chỉ có nữ sinh mặc áo dài.

_____

1.6　Nam giới không thích mặc áo dài trong lễ cưới.

_____

2. 填充題：請仔細聆聽並完成以下的句子。

2.1　Người phụ nữ Việt Nam _____ về chiếc áo dài truyền thống.

2.2　Chiếc áo dài Việt Nam được đánh giá là một trang phục _____ vừa gợi cảm.

2.3　Đặc biệt chiếc áo dài Việt Nam cũng _____ khi tiếp đón khách nước ngoài.

2.4　Đâu đâu bạn cũng có dịp nhìn thấy tà áo dài _____.

2.5　Họ tin rằng với chiếc _____ sẽ làm cho lễ cưới của họ thêm trang trọng.

F.   Bài viết   寫作

請針對下列的主題寫一篇六百個字以上的文章。

Hãy viết một bài văn ngắn về cách ăn mặc mà bạn yêu thích. Suy nghĩ của bạn về việc mặc đồng phục.

_____

_____

_____

_____

_____

_____

_____

_____

_____

_____

_____

_____

_____

_____

_____

_____

_____

Bài 8
Danh lam thắng cảnh
第八課　名勝景點

本課學習目標

（一）學習閱讀報導式的文章
（二）以談話的方式認識較有深度的會話內容
（三）認識語法：
「主語 1 + không ngờ + 句子（主語 2 + lại + 動詞／形容詞）+ như vậy (như thế)」
或「主語 + không ngờ + 動詞 + lại + 形容詞 + như vậy (như thế)」
主語 + trở nên + 形容詞／心理活動的動詞
主語 + tự (mình) + 動詞
主語 + vừa + 動詞／形容詞 + vừa + 動詞／形容詞
Trước đây / sau này + 句子／動詞／形容詞
（四）以習題來練習使用本課語法
（五）以報導方式引導練習，並培養聽力、書寫能力
（六）以寫作來提升作文能力

A. Bài đọc / 課文

Khám phá một góc khác của Sài Gòn

Trong bài báo "Khám phá một góc khác của Sài Gòn" đăng trên báo Tuổi Trẻ, ký giả Tiến Đạt đã giới thiệu một vài điểm du lịch khá đặc biệt ngay ở Sài Gòn mà có lẽ không ít người đã từng biết đến.

Người Sài Gòn thường tìm kiếm thú vui cuối tuần ở các tỉnh lân cận TP.HCM mà đôi khi không tin ngay giữa Sài Gòn có thể trải nghiệm chuyến du lịch thú vị. Du lịch đường sông, tham quan nhà vườn, khu trưng bày tranh, thưởng thức những món ăn nuôi trồng ngay trong các nhà vườn sinh thái... có thể nói là những khám phá nho nhỏ đầy bất ngờ.

Thật ra loại hình du lịch đường sông Sài Gòn đã có từ 10 năm trước, với đặc thù hệ thống sông ngòi kết nối các vùng lân cận và biển Đông. Các tuyến tầm ngắn từ bến Bạch Đằng đi Thanh Đa, Nhà Bè; tuyến tầm trung từ bến Bạch Đằng đi Cần Giờ, Củ Chi, Đồng Nai, Bình Dương; tuyến tầm xa từ TP.HCM đi về các tỉnh miền Tây Nam bộ và xa hơn nữa theo tuyến cao tốc từ TP.HCM qua Phnom Penh rồi vượt Biển Hồ đến Siem Reap, Campuchia.

Khu nhà vườn sinh thái Long Phước của ông chủ Long, mang không gian, sắc thái hoàn toàn dân dã. Khu này diện tích khoảng 4ha, nằm bên đôi bờ sông Sài Gòn - Đồng Nai mênh mông nước. Với phương châm đưa du khách trở về không gian vườn Việt Nam nguyên thủy, trong diện tích 4ha, chủ nhà vườn trồng đủ loại cây ăn trái, hàng chục loại rau, đào hồ nuôi các loại tôm cá. Du khách đến đây có thể trở thành nông dân đích thực, xắn quần đi hái rau bắt cá về chế biến, nướng trên lửa than hồng cho bữa ẩm thực bình dân nhưng ngon miệng.

Khách cũng có thể mang cần câu ra sông câu cá, thả lưới cùng ngư dân, vì đây là khúc sông nhiều tôm cá tươi ngon nhất khu vực sông Sài Gòn, sông Đồng Nai. Cách phục vụ đờn ca tài tử (hát không micro) và bày biện đủ loại trái cây đẹp mắt để phục vụ khách khi bước từ ca-nô xuống cũng là điểm nhấn dễ thương cho cách làm du lịch "bình dân nhưng bền vững" của ông chủ nhà vườn.

Làng họa sĩ nằm ven sông thuộc địa bàn phường Thạnh Mỹ Lợi, quận 2, hình thành một cách tự phát, cũng là địa điểm tham quan đường sông thú vị dành cho du khách. Đây là khu vực tập trung nhiều họa sĩ tên tuổi. Đến đây khách có thể tham quan và thưởng lãm các tác phẩm điêu khắc, sơn dầu, sơn mài, thư pháp... của các nghệ sĩ nổi danh.

Từ mới bài đọc 課文生詞

1. khám phá 探索 / 發現
2. một góc 一角落
3. Sài Gòn 西貢（屬胡志明市）
4. tỉnh lân cận 鄰近省分
5. trải nghiệm 經歷
6. đường sông 河道
7. nhà vườn 農場
8. khu trưng bày tranh 畫展區
9. nuôi trồng 養殖
10. sinh thái 生態
11. nho nhỏ 小小
12. đầy bất ngờ 充滿意外 / 驚奇

13. đặc thù 特殊
14. hệ thống sông ngòi 河川流域
15. kết nối 結成 / 連接
16. biển Đông 東海
17. bến 碼頭
18. tuyến tầm ngắn 短程路線
19. tuyến tầm trung 中程路線
20. tuyến tầm xa 遠程路線
21. tỉnh miền Tây Nam bộ 西南部省分
22. tuyến cao tốc 高速公路
23. vượt 越過 / 渡過
24. Biển Hồ 湖海

25. ông chủ 老闆
26. không gian 空間
27. sắc thái 色彩
28. dân dã 純樸鄉村
29. diện tích 面積
30. ha (héc-ta) 公頃
31. bờ sông 河畔
32. mênh mông 寬闊天際 / 寬闊無邊
33. phương châm 方針
34. nguyên thủy 原始
35. trồng 種植
36. cây ăn trái 果樹
37. đào hồ 挖湖
38. nuôi các loại tôm cá 養殖蝦魚類
39. nông dân đích thực 真正的農民
40. xắn quần 捲起褲管
41. hái rau 割菜 / 摘蔬菜
42. bắt cá 抓魚
43. chế biến 烹煮 / 烹調
44. nướng 烤
45. lửa than hồng 紅炭火
46. bữa ẩm thực bình dân 平民飲食餐
47. ngon miệng 可口 / 好吃
48. cần câu 釣竿

49. câu cá 釣魚
50. thả lưới 撒網
51. ngư dân 漁民
52. khúc sông 河段
53. đờn ca tài tử 才子彈琴唱歌
54. bày biện 擺設 / 陳設
55. đẹp mắt 悅目 / 好看
56. ca-nô 汽艇
57. điểm nhấn 強調點 / 重點 / 畫龍點睛
58. làng họa sĩ 畫家村
59. nằm ven sông 位於河邊
60. địa bàn 地盤 / 地區
61. phường 坊
62. quận 郡
63. tự phát 自發
64. khu vực 區域
65. tên tuổi 著名 / 有名號
66. thưởng lãm 觀賞 / 欣賞
67. tác phẩm điêu khắc 雕刻作品
68. tranh sơn dầu 油畫
69. tranh sơn mài 磨漆圖畫
70. thư pháp 書法
71. nổi danh 出名 / 馳名

讀後思考問題

Sau khi đọc hiểu bài đọc, bạn hãy cho biết suy nghĩ của bạn về:

1. Làm thế nào để thu hút du khách và phát triển du lịch?

2. Nếu lựa chọn thì bạn sẽ chọn đi du lịch theo tour hay du lịch tự túc? Tại sao?

3. Ngành du lịch ở nước bạn hiện nay phát triển thế nào?

B. Hội thoại　　會話

Người bạn Đài Loan chia sẻ chuyến du lịch Việt Nam của bạn ấy với một người bạn Việt Nam.

台灣朋友跟越南朋友分享她的越南旅遊記。

Người bạn Đài Loan: Chị biết không tôi rất thích Việt Nam. Lần trước khi tôi đi tham quan khu du lịch đường sông Sài Gòn, đến nay tôi vẫn nhớ mãi.

Người bạn Việt Nam: Vậy à! Chuyến đi thú vị lắm sao?

Người bạn Đài Loan: Phải, đó là một chuyến đi vừa thú vị vừa có ý nghĩa.

Người bạn Việt Nam: Tôi không ngờ chị lại thích Sài Gòn như vậy!

Người bạn Đài Loan: Khi tôi đến các khu nhà vườn ở ven sông Sài Gòn, tôi đã thực sự hưởng thụ những giây phút thư giãn và cảm thấy mình trở nên rất tự tại.

Người bạn Việt Nam: Phải, vì ở đó chị có thể thưởng thức những thú vui dân dã.

Người bạn Đài Loan: Tôi thích nhất là có thể tự mình bắt cá, hái rau và chế biến các món ăn.

Người bạn Việt Nam: Thật là thú vị biết bao khi mà có thể tự nấu nướng!

Người bạn Đài Loan: Tôi cũng cảm thấy các loại trái cây của Việt Nam vừa ngon vừa ngọt.

Người bạn Việt Nam: Vậy à! Trái cây của Đài Loan cũng rất ngon và ngọt.

Người bạn Đài Loan: Ơ, có nhiều loại trái cây tôi chỉ thấy có ở Việt Nam thôi. Tôi cũng rất thích vừa ăn trái cây vừa xem người ta hát dân ca Việt Nam.

Người bạn Việt Nam: Đó là một loại hình đờn ca tài tử mà người dân Nam bộ rất thường hát để giải trí trong đời sống hằng ngày.

Người bạn Đài Loan: Vậy à! Lần trước tôi còn có dịp tham quan làng họa sĩ nữa.

Người bạn Việt Nam: Chị thích tranh sơn mài của Việt Nam không?

Người bạn Đài Loan: Ồ! tranh sơn mài của Việt Nam rất đặc biệt, tôi nghĩ phải làm rất công phu.

Người bạn Việt Nam: Phải, trước đây tranh sơn mài thường làm bằng xà cừ, ngày nay người ta còn dùng nhiều nguyên vật liệu mới để làm tranh.

Người bạn Đài Loan: Ồ, thật là hay! Nếu có dịp tôi muốn đi Việt Nam chơi một lần nữa.

Người bạn Việt Nam: Tôi sẽ giới thiệu một vài nơi khác cho chị tham quan nhé!

Người bạn Đài Loan: Thế thì tốt quá!

Từ mới hội thoại 會話生詞

1. nhớ mãi 一直記得 / 一直懷念
2. có ý nghĩa 有意義
3. thực sự 真正
4. hưởng thụ 享受
5. giây phút thư giãn 放鬆休閒的時光
6. tự tại 自在
7. thú vui 樂趣 / 休閒活動
8. thú vị biết bao 多麼有趣 / 很有趣
9. ngọt 甜
10. hát 唱
11. người dân 人民 / 民眾
12. đời sống hằng ngày 日常生活
13. công phu 功夫 / 工夫
14. xà cừ 硨磲
15. nguyên vật liệu 原物料
16. một lần nữa 再一次

C. **Ngữ pháp**   **語法**

1. 句型：

a. 主語₁ + **không ngờ** + 句子（**(主語₂ + lại +** 動詞 / 形容詞 **) + như vậy (như thế)**）

　　không ngờ 相當於中文的「沒想到」，出現在句子前方。此句子中會有 **lại** 搭配 **như vậy** 或 **như thế**（那麼、如此），**lại** 在主語₂的後方、動詞 / 形容詞前方，**như vậy** 或 **như thế** 在句尾，表示強調主語₁對 **không ngờ** 後方的子句中的行為、動作或狀態感到意外。

例如：1.Chị ấy **không ngờ** khu du lịch ven sông Sài Gòn **lại** thú vị **như vậy**.

　　　　她沒有想到西貢河邊旅遊區那麼有趣。

　　　　2.Anh ấy **không ngờ** làng họa sĩ ở đây **lại** nổi danh **như thế**.

　　　　他沒想到這裡的畫家村那麼出名。

b. 主語 + **không ngờ** + 動詞 + **lại** + 形容詞 + **như vậy (như thế)**

　　không ngờ 相當於中文的「沒想到」，出現在動詞前方，句子中有 **lại** 搭配 **như vậy** 或 **như thế**（那麼、如此），**lại** 在動詞後方並在形容詞前方，**như vậy** 或 **như thế** 在句尾部分，表示強調主語對某行為或事情感到意外。

例如：1.Chị ấy **không ngờ** bắt cá, hái rau **lại** vui **như thế**.

　　　　她沒想到抓魚割菜那麼好玩。

　　　　2.Mẹ **không ngờ** nấu món ăn Việt Nam **lại** công phu **như vậy**.

　　　　媽媽沒想到煮越南菜那麼花工夫。

2. 句型：主語 + **trở nên** + 形容詞 / 心理活動的動詞

　　trở nên 相當於中文的「變成、變得」，出現在形容詞或心理活動的動詞前方，表示主語改變或變化。

例如：1.Các khu nhà vườn sinh thái **trở nên** rất thú vị đối với khách du lịch trong những năm gần đây. 生態農場區近幾年對遊客來說變得很有趣。

2.Sau khi đi du lịch về, anh ấy **trở nên** rất vui vẻ.　去旅遊回來之後他變得很開心。

3.Sau khi lớn lên em ấy **trở nên** rất xinh đẹp.　長大之後她變得很漂亮。

3. 句型：主語 + **tự (mình)** + 動詞

　　tự (mình) 相當於中文的「自己」，出現在動詞前方，表示主語自己親自進行某行為或動作。有時候 **tự** 可以搭配 **một mình**，強調自己一個人親自進行某行為或動作。

例如：1.Chị ấy rất thích **tự mình** nấu ăn.　她很喜歡自己做菜。

　　　2.Em ấy cho rằng **tự** học ngoại ngữ **một mình** không dễ.
　　　　他認為一個人自修外語不容易。

　　　3.Chị ấy **tự** lái xe về nhà.　她自己開車回家。

4. 句型：主語 + **vừa** + 動詞 / 形容詞 + **vừa** + 動詞 / 形容詞

　　如果在 **vừa** 後方出現動詞，那麼 **vừa... vừa** 相當於中文的「一邊……一邊……」，表示主語同時進行兩個行為或動作。如果在 **vừa** 後方出現形容詞或心理活動的動詞，那麼 **vừa... vừa** 相當於中文的「又……又……」，表示主語同時擁有兩種特質或狀態，有時句子中會出現 **lại** 在 **vừa** 前方，表示強調的意味。

例如：1.Anh ấy thích **vừa** câu cá **vừa** nghe nhạc.　他喜歡一邊釣魚一邊聽音樂。

　　　2.Mẹ luôn luôn **vừa** làm việc nhà **vừa** xem ti vi.　媽媽總是一邊做家事一邊看電視。

　　　3.Ba nói mẹ **vừa** đẹp **lại vừa** giỏi.　爸爸説媽媽又漂亮又能幹。

　　　4.Họa sĩ này **vừa** giàu có **lại vừa** nổi tiếng.　這畫家又有錢又有名。

5. 句型：**Trước đây (trước kia) / sau này** + 句子 / 動詞 / 形容詞

　　trước đây (trước kia) / sau này (mai mốt) 相當於中文的「以前、以後」，通常出現在句子或動詞 / 形容詞前方，表示主語在過去經歷過或未來會進行某行為或動作。

例如：1.**Trước đây** ông ấy làm quản lý ở khu trưng bày tranh này.

　　　　以前他在這畫展區當管理員。

　　　 2.**Trước kia** khi chưa phát triển, khu du lịch này rất ít khách tham quan.

　　　　以前尚未發展時，這旅遊區很少觀光客。

　　　 3.Mẹ nói **sau này** có thời gian sẽ đi học thư pháp.

　　　　媽媽說以後有時間會去學書法。

　　　 4.Nếu **sau này** có cơ hội, chị ấy sẽ kinh doanh khu nhà vườn sinh thái.

　　　　如果以後有機會，她會經營生態農場。

D.   Bài luyện tập   練習

1. 以 **không ngờ... lại... như vậy** 來完成下列句子。

例句：Ba / học nấu ăn / thú vị.

→Ba nói với mẹ là không ngờ học nấu ăn lại thú vị như vậy!

1.1   Tôi / ông ấy / thích câu cá.

_____

1.2   Chị ấy / tôi / nổi tiếng.

_____

1.3   Chị ấy / lái xe / khó.

_____

1.4   Dạo này / các tỉnh lân cận TPHCM / phát triển.

_____

1.5   Chị ấy / các tỉnh miền Tây Nam bộ / lớn.

_____

2. 請用 **trước đây** 或 **sau này** 填充句子。

2.1   Anh ấy nói Sài Gòn _____ là một thành phố phồn vinh nhất Châu Á.

2.2   _____ bà ấy đã từng có tên tuổi trong khu vực này.

2.3   Mẹ thường nói _____ có thời gian sẽ đi du lịch với ba.

2.4   Nghe nói _____ khu vực này sẽ phát triển thành khu du lịch sinh thái.

2.5   Vì _____ có nhiều thời gian, nên mẹ thường bày biện nhà cửa rất đẹp.

2.6   Vì _____ sẽ đi Việt Nam làm việc, nên bây giờ chị ấy rất cố gắng học tiếng Việt.

2.7   _____ chị ấy sẽ hiểu tại sao tôi lại làm như vậy.

2.8   _____ anh ấy luôn luôn cho rằng tôi là ông chủ của nhà hàng này.

2.9   Tôi cho rằng _____ anh ấy đã từng rất giàu có.

2.10 Tôi nghĩ _____ tôi phải gọi điện thoại cho mẹ thường xuyên hơn.

3. 重組下列句子。

3.1　tôi / như vậy / lại / không ngờ / nói / tôi / anh ấy.

_____

3.2　khi mà / thú vị / thật là / có thể / biết bao / nấu nướng / tự!

_____

3.3　chăm sóc / vừa / chị ấy / làm việc / rất / gia đình / vừa / vất vả / khi / cảm thấy.

_____

3.4　câu cá / sau khi / anh ấy / cuộc sống / thích / trở nên / dân dã / trải nghiệm.

_____

3.5　nông dân / là / một / trước đây / anh ấy / đã từng / đích thực.

_____

4. 請用 **tự** 來修飾下列的句子。

例句：Chị ấy cảm thấy học lái xe không khó.

　　　→Chị ấy cảm thấy tự học lái xe không khó.

4.1　Mẹ cho rằng chế biến thức ăn cho cả nhà rất có ý nghĩa.

_____

4.2　Đi du lịch một mình phải chú ý an toàn cá nhân.

_____

4.3　Mẹ muốn em Mai phải làm bài tập.

_____

4.4　Chị ấy muốn quyết định việc hôn nhân của mình.

_____

4.5　Anh ấy trồng cây ăn trái và đào hồ nuôi tôm cá trong khu nhà vườn.

_____

5. 請以 **trở nên** 來修飾下列句子。

例句：Sau khi về hưu, ba già đi rất nhiều.

→Sau khi về hưu, ba trở nên già đi rất nhiều.

5.1   Anh ấy giàu có sau khi kết hôn với người phụ nữ ấy.

_____

5.2   Học ngoại ngữ khiến cho em ấy hoạt bát hơn.

_____

5.3   Anh ấy cho rằng cuộc sống độc thân khiến anh ấy tự do tự tại hơn.

_____

5.4   Sau khi làm ông chủ anh ấy bận rộn hơn rất nhiều.

_____

5.5   Sau khi làm mẹ, chồng của chị ấy cho rằng chị ấy rất dịu dàng.

_____

6. 請以 **vừa... vừa...** 來修飾下列句子。

例句：Em ấy muốn đi học, làm thêm.

→Em ấy muốn vừa đi học vừa làm thêm.

6.1   Ở đây ai cũng cho rằng chị ấy đẹp, dịu dàng.

_____

6.2   Hôm nay mọi người đều nói bữa ẩm thực bình dân ngon miệng, vui.

_____

6.3   Chị ấy muốn đi TPHCM du lịch, muốn đi Hà Nội chơi.

_____

6.4   Khúc sông này tôm cá nhiều tươi ngon nhất trong khu vực sông Sài Gòn.

_____

6.5   Mẹ không thích em ăn cơm, xem ti vi.

_____

E. **Bài trắc nghiệm** / 測驗

請仔細聆聽並回答以下的問題。

1. 是非題：請仔細聆聽並回答問題。

1.1 Thành phố Hồ Chí Minh là một thành phố mà rất nhiều khách du lịch lựa chọn để đến tham quan.

_____

1.2 Bạn có thể có một chuyến du lịch đường sông, tham quan nhà vườn, khu trưng bày tranh...ngay giữa Hà Nội.

_____

1.3 Khi bạn đến đây bạn có thể trở thành nông dân đích thực, xắn quần đi hái rau bắt cá về chế biến.

_____

1.4 Các khu nhà vườn sinh thái có không gian, sắc thái hoàn toàn dân dã.

_____

1.5 Ở làng họa sĩ tập trung nhiều tác phẩm điêu khắc, sơn dầu, sơn mài, thư pháp... của các nghệ sĩ không tên tuổi.

_____

1.6 Khu du lịch đường sông Sài Gòn sẽ mang lại cho bạn nhiều điều thú vị và những khám phá đầy bất ngờ.

_____

2. 填充題：請仔細聆聽並完成以下的句子。

2.1 Tại trung tâm thành phố Hồ Chí Minh, nơi mà người ta _____ là Sài Gòn...

2.2 Nếu có dịp mời bạn cùng đến _____ những chuyến du lịch thú vị ngay giữa Sài Gòn.

2.3   Các khu nhà vườn sinh thái sẽ cho bạn những giây phút _____ và thú vị.

2.4   Đến với khu du lịch _____ các bạn còn có dịp tham quan làng họa sĩ nằm ở khu vực ven sông.

2.5   Bạn có thể có một chuyến du lịch đường sông, tham quan nhà vườn, khu trưng bày tranh, _____ nuôi trồng ngay trong các khu nhà vườn sinh thái.

F. Bài viết　　寫作

請針對下列的主題寫一篇六百個字以上的文章。

Hãy viết một bài văn ngắn giới thiệu về những danh lam thắng cảnh mà bạn yêu thích.

Suy nghĩ của bạn về việc đi du lịch tự túc.

_____

_____

_____

_____

_____

_____

_____

_____

_____

_____

_____

_____

_____

_____

_____

_____

_____

MEMO

Bài 9 Hôn nhân
第九課　婚姻

本課學習目標

（一）學習閱讀報導式的文章
（二）以談話的方式認識較有深度的會話內容
（三）認識語法：
主語 + 動詞 + **bất cứ** + **ai / gì / đâu /** 名詞 + **nào** + 謂語
句子 + **thậm chí** + **(còn phải / cũng)** + 形容詞 / 動詞
主語 + **coi / xem** + 人 / 事 / 物 + **như là** + 某人 / 事 / 物
主語 + **được xem là (được gọi là)** + 謂語
Cho dù + 主語 + 形容詞 / 動詞 + **(thế nào / ai / gì / đâu /** 名詞 +
nào) + đi nữa + thì + 句子
（四）以習題來練習使用本課語法
（五）以報導方式引導練習，並培養聽力、書寫能力
（六）以寫作來提升作文能力

A. **Bài đọc**   **課文**

Những kiểu hôn nhân dễ đổ vỡ

Báo Phụ Nữ TP.HCM có đề cập, các chuyên gia về hôn nhân gia đình của Trung Quốc đã chỉ ra tám kiểu hôn nhân thường dễ bị đổ vỡ, dưới đây là những kiểu hôn nhân dễ đổ vỡ được nhắc đến:

1. **Hôn nhân quá lãng mạn, không thực tế:** Đây là một loại hôn nhân đòi hỏi một cuộc sống tình cảm thật lãng mạn với những yêu cầu rất cao. Luôn hi vọng hương vị ngọt ngào và sự hòa hợp như khi mới kết hôn sẽ được giữ gìn mãi mãi, tình yêu thật thi vị với nhiều màu sắc với ngọn lửa đam mê không bao giờ lụi tàn. Những kỳ vọng quá cao này không thực tế. Một khi trong cuộc sống gia đình không đạt được những điều mà mình mong muốn, hai bên rất dễ nảy sinh mâu thuẫn, thậm chí dẫn đến những vấn đề nghiêm trọng trong hôn nhân.

2. **Hôn nhân quá dựa dẫm vào bố mẹ:** Đối với những cặp vợ chồng quá dựa dẫm vào bố mẹ, khi trong cuộc sống gia đình nảy sinh bất cứ vấn đề gì thì không bàn bạc tìm cách giải quyết với người bạn đời của mình mà cứ chờ đợi ý kiến và sự giúp đỡ của bố mẹ. Những cặp vợ chồng này cần phải hiểu rằng tương lai của mình sẽ mãi mãi gắn bó với người bạn đời, phải xem bạn đời là người thân thiết nhất và cũng là chỗ dựa tin cậy nhất. Cuộc hôn nhân theo kiểu lúc nào cũng cần sự trợ giúp từ bên ngoài sẽ rất dễ bị đổ vỡ.

3. **Hôn nhân đòi hỏi sự hoàn hảo tuyệt đối:** Cả hai đều bắt buộc người bạn đời phải đạt được những tiêu chuẩn cao nhất của mình. Kiểu hôn nhân này rất dễ bị sứt mẻ mà nguyên nhân là do những đòi hỏi quá cao và không thực tế. Dần dần, mối quan hệ tình cảm vợ chồng có tốt đẹp cũng khó có thể giữ gìn lâu dài được.

4. **Hôn nhân tằn tiện:** Cho dù điều kiện kinh tế của gia đình rất khá giả, nhưng lúc nào một (hoặc cả hai) cũng tiết kiệm một cách quá đáng vì lo sợ có lúc bị thiếu hụt. Không cho người bạn đời có bất cứ sự hưởng thụ hay thú vui nào, thậm chí

tước bỏ đi những nhu cầu cần thiết nhất trong cuộc sống của bản thân và gia đình. Trong lòng người vợ (chồng) lúc nào cũng nặng trĩu lo âu mà quên rằng mình đã không hiểu được đời sống tinh thần cũng như tình cảm của người bạn đời.

5. **Hôn nhân ám ảnh và lo nghĩ về bệnh tật:** Tình trạng này thường xảy ra đối với phái nữ, do quá lo sợ mình sẽ mắc các loại bệnh tật mà suốt ngày rầu rĩ, than vãn. Có lúc người vợ cũng muốn lợi dụng điều này để thu hút sự chú ý và chăm sóc của người bạn đời. Điều này kéo dài sẽ làm cho người chồng mệt mỏi và phiền muộn.

6. **Hôn nhân bới lông tìm vết:** Thường xuyên xoi mói bới móc người bạn đời, thường xuyên chê bai những suy nghĩ và hành động của người bạn đời trước mặt mọi người. Bạn cho rằng như thế là yêu nhưng kì thực là làm cho người bạn đời không thể nào chịu nổi mà sớm nói lời từ biệt.

7. **Hôn nhân ôm đồm:** Bất kể chuyện to chuyện nhỏ đều một mình lo toan, không cần đến sự giúp đỡ của người kia. Đây lại chính là mồi lửa thổi bùng xung đột trong gia đình. Cứ mãi lo lắng cho người bạn đời một cách quá đáng, nếu người kia không làm được gì để bù đắp lại sự quan tâm của mình thì cảm thấy không công bằng, lâu dần sẽ nảy sinh mâu thuẫn trong quan hệ vợ chồng.

8. **Hôn nhân bận rộn vì sự nghiệp:** Một số người lúc nào cũng bận bù đầu, làm việc không nghỉ ngơi, không có tết, lễ. Điều này làm cho người bạn đời cảm thấy cuộc sống chung thật là tẻ nhạt, vô vị. Kiểu người này nếu không khắc phục bản thân để biết dành nhiều thời gian hơn cho gia đình, thì dù con đường công danh, sự nghiệp có thành công cũng dễ bị sứt mẻ trong quan hệ hôn nhân.

Từ mới bài đọc　課文生詞

MP3-042

1. hôn nhân　婚姻
2. chỉ ra　指出
3. kiểu hôn nhân　婚姻模式
4. đổ vỡ　破碎 / 破裂
5. nhắc đến　提到
6. hương vị ngọt ngào　甜蜜香味
7. sự hòa hợp　融合（名詞）
8. thi vị　詩意 / 浪漫
9. màu sắc　色彩
10. ngọn lửa　火苗
11. đam mê　深情迷戀
12. lụi tàn　熄滅
13. mâu thuẫn　矛盾
14. nghiêm trọng　嚴重
15. dựa dẫm　依賴 / 依靠 / 傍
16. người bạn đời　另一半
17. gắn bó　緊密相連 / 相依為命
18. chỗ dựa tin cậy　信賴的依靠
19. sự hoàn hảo　完美
20. tuyệt đối　絕對
21. bắt buộc　迫使 / 強迫
22. sứt mẻ　損傷 / 破損
23. tằn tiện　節儉
24. khá giả　小康
25. thiếu hụt　欠缺 / 短缺
26. tước bỏ　剝奪
27. nặng trĩu　沉重
28. lo âu　憂慮
29. ám ảnh　纏擾 / 糾纏
30. rầu rĩ　憂傷
31. than vãn　嘆氣 / 唉聲嘆氣
32. phiền muộn　煩悶
33. bới lông tìm vết　吹毛求疵 / 雞蛋裡挑骨頭
34. xoi mói　挑剔 / 找碴
35. bới móc　挖苦
36. chê bai　嫌棄
37. kì thực　其實
38. ôm đồm　包辦 / 包攬
39. lo toan　籌劃 / 盤算
40. mồi lửa　火種
41. thổi bùng　引燃 / 炊燒
42. bận bù đầu　忙得不可開交
43. tẻ nhạt　乏味
44. vô vị　單調無味 / 毫無意義
45. khắc phục　克服
46. bản thân　自己
47. con đường công danh　功名之路

🔍讀後思考問題

Sau khi đọc hiểu bài đọc, bạn hãy cho biết suy nghĩ của bạn về:

1. Giả sử bạn đã kết hôn thì với cá tính của bạn sẽ làm cho hôn nhân của bạn
   thuộc dạng hôn nhân nào trong số các dạng hôn nhân như kể trên?

2. Khi đến tuổi chúng ta có nên kết hôn hay không? Tại sao?

3. Tỷ lệ ly hôn ở nước bạn như thế nào? Bạn nghĩ sao về điều này?

MP3-043

B. Hội thoại 　會話

Phóng viên đang phỏng vấn một người phụ nữ thành đạt trong sự nghiệp.

記者在訪問一位事業成功的女性。

Phóng viên: Chị là một doanh nhân được xem là thành công nhất trong nhiều năm qua. Chị có thể cho biết chị làm thế nào để giữ gìn sự thành công của mình không?

Nữ doanh nghiệp: Thật ra tôi nghĩ sự thành công của tôi phần lớn là do sự ủng hộ của gia đình.

Phóng viên: Thật vậy sao?

Nữ doanh nghiệp: Phải, tôi có một người chồng rất yêu thương và ủng hộ tôi về mọi mặt.

Phóng viên: Người ta nói một người đàn ông thành công thì phía sau họ có một người phụ nữ luôn giúp họ. Vậy ý chị cũng cho rằng sự thành công của chị là vì có chồng ở phía sau ủng hộ.

Nữ doanh nghiệp: Có thể nói như vậy. Chúng tôi luôn luôn chia sẻ công việc của mình cho nhau, và quan trọng là chúng tôi luôn coi quan hệ tình cảm của chúng tôi quan trọng hơn công việc.

Phóng viên: Chị có thể lấy ví dụ về điều này không?

Nữ doanh nghiệp: Cho dù tôi bận rộn như thế nào đi nữa, thì mỗi cuối tuần chúng tôi đều dành thời gian cùng ăn cơm tối và trò chuyện với nhau về cuộc sống, về công việc. Chúng tôi không có gì giấu giếm nhau cả.

Phóng viên: Chị rất coi trọng tình cảm vợ chồng?

Nữ doanh nghiệp: Phải, chúng tôi đặt tình cảm vợ chồng lên trên hết. Khi anh ấy cần tôi thì tôi luôn bỏ hết công việc để đến giúp anh ấy, và khi tôi cần anh ấy thì anh ấy cũng lập tức xuất hiện.

Phóng viên: Đây cũng là bí quyết để có một hôn nhân hạnh phúc phải không?

Nữ doanh nghiệp: Phải, tôi nghĩ một người muốn có sự nghiệp thành công thì trước hết họ phải có một hôn nhân hạnh phúc, và muốn có hôn nhân hạnh phúc thì cả hai phải biết sống vì nhau.

Phóng viên: Phải.

Nữ doanh nghiệp: Chúng tôi không những tôn trọng và yêu quý nhau, mà còn xem nhau như là một phần không thể thiếu của mình.

Phóng viên: Giữa sự nghiệp và gia đình nếu để chị lựa chọn thì chị chọn cái nào?

Nữ doanh nghiệp: Tại sao phải làm một sự lựa chọn như vậy? Vì với một người phụ nữ tôi nghĩ tôi cần hạnh phúc gia đình hơn, và hạnh phúc gia đình có thể giúp tôi thành công thì tại sao lại không muốn cả hai chứ?

Phóng viên: Vậy chị muốn nói hạnh phúc gia đình đã mang lại cho chị sự thành công trong sự nghiệp?

Nữ doanh nghiệp: Vâng, hoàn toàn đúng vậy!

Phóng viên: Xin cảm ơn chị, chị nói hay quá. Chúc chị mãi mãi hạnh phúc và thành công.

Từ mới hội thoại 會話生詞

1. doanh nhân 企業家
2. nhiều năm qua 多年來
3. phần lớn 大部分
4. mọi mặt 一切 / 全面
5. phía sau 後方 / 後盾 / 背後
6. chia sẻ 分享
7. dành thời gian 花時間 / 留時間
8. giấu giếm 隱瞞

9. coi trọng 看重 / 重視
10. trên hết 至上
11. bỏ hết 拋下所有
12. bí quyết 祕訣
13. trước hết 首先
14. một phần 一部分
15. không thể thiếu 不能缺少
16. lựa chọn 選擇

C. Ngữ pháp　語法

1. 句型：主語 + 動詞 + **bất cứ** + **ai / gì / đâu** / 名詞 + **nào** + 謂語

　　bất cứ 出現在 **ai / gì / đâu** / 名詞 + **nào** 前方，相當於中文的「任何誰……」、「任何什麼……」、「任何哪裡……」、「任何哪……」，在 **nào** 前方一定是名詞。

　　如果想強調語氣，**bất cứ** + **ai / gì / đâu** / 名詞 + **nào** 會放到句首，在此句子中可以與 **cũng đều**（都）搭配使用，強調對任何人、事、物，主語都會怎麼樣或都進行某行為或動作。

例如：1.Chị ấy chê bai **bất cứ** cái **gì** mà tôi làm. 她嫌棄我所做的任何東西。

　　　2.**Bất cứ** cái **gì** mà tôi làm chị ấy cũng đều chê bai. 我所做的任何東西她都嫌棄。

　　　3.Chị ấy bơi móc, xoi mói chuyện riêng tư của **bất cứ** người **nào** trong gia đình.
　　　她挑剔、挖苦家中任何人的私事。

　　　4.**Bất cứ** người **nào** trong gia đình cũng đều bị chị ấy bới móc, xoi mói chuyện
　　　riêng tư. 家中任何人都被她挑剔、挖苦其隱私。

2. 句型：句子 + **thậm chí** + **(còn phải / cũng)** + 形容詞 / 動詞

　　thậm chí 相當於中文的「甚至」，出現在形容詞或動詞前方，通常連接它前面的子句與其後方的內容，**thậm chí** 還與 **còn (phải)**（還、還要）或 **cũng**（也）搭配使用，表示 **thậm chí** 後方的內容進展越來越高的程度。

例如：1.Anh ấy phiền muộn cả ngày, **thậm chí cũng** không muốn ăn cơm.
　　　他整天煩悶，甚至也不想吃飯。

　　　2.Cả tuần nay ông Nam bận bù đầu, **thậm chí còn phải** mang việc ở công ty về
　　　nhà giải quyết. 這一週南先生忙得不可開交，甚至還要帶公司的事回家處理。

　　　3.Chị ấy đòi hỏi người bạn đời phải thật lãng mạn, **thậm chí còn phải** thật hoàn
　　　hảo. 她要求另一半要很浪漫，甚至還要很完美。

3. 句型：主語 + **coi / xem** + 人 / 事 / 物 + **như là** + 某人 / 事 / 物

　　coi / xem 在此句子中相當於中文的「把 某人 / 事 / 物 當成……」，通常出現在某人、事、物前方，表示主語把某人、事、物視同於，或當成其他某人、事、物，有時候可以搭配 **như là** 使用。

例如：1.Bà ấy **xem** tôi **như là** em ruột.　她看待我如親妹妹。

　　　2.Chị ấy **coi** hôn nhân của mình quan trọng hơn tất cả.
　　　　她視自己的婚姻比一切重要。

　　　3.Ba tôi **xem** công việc của công ty **như là** công việc của mình.
　　　　爸爸把公司的事視同於自己的事。

4. 句型：主語 + **được xem là** + 謂語

　　được xem là 相當於中文的「被視為」，表示主語是被動的，是受別人的評價。

　　được xem là 與 **được coi là** 是一樣的意思，除此之外，也可以用 **được gọi là**（被稱為）。

例如：1.Trước đây ông ấy **được xem là** người khá giả nhất ở đây.
　　　　以前他在這裡被視為最有錢的人。

　　　2.Bà Hoa **được xem là** người tằn tiện nhất trong gia đình.
　　　　在家中，華太太被視為最節儉的人。

　　　3.Con đường công danh của chị ấy **được xem là** thuận lợi hơn anh ấy.
　　　　她的功名之路被認為比他順利。

　　　4.Ở công ty chị ấy **được gọi là** "người đẹp".　在公司她被稱為「美女」。

5. 句型：**Cho dù + 主語 + 形容詞 / 動詞 + (thế nào / bao nhiêu / ai / gì / đâu / 名詞 nào...) + đi nữa + thì + 子句**

　　Cho dù 相當於中文的「儘管」，出現在複合句子中的句首，通常會與（**thế nào / bao nhiêu / ai / gì / đâu / 名詞 nào**）**đi nữa** 搭配使用，表示強調主語儘管怎麼做，後方的子句都不呼應（子句中常與 **vẫn** 搭配使用），**thì** 在兩個子句間做連接。

例如：1.**Cho dù** anh ấy thay đổi bản thân **thế nào đi nữa thì** vẫn không cải thiện được cuộc sống tẻ nhạt, vô vị của mình.

　　　　儘管他如何改進自己，仍然沒改善他的乏味、毫無意義的生活。

　　　2.**Cho dù** mẹ nói **gì đi nữa, thì** anh ấy vẫn muốn kết hôn với chị ấy.

　　　　儘管媽媽怎麼説，他仍然想要和她結婚。

　　　3.**Cho dù** hôn nhân có sứt mẻ **thế nào đi nữa**, anh ấy vẫn cố gắng hàn gắn.

　　　　儘管婚姻如何受創傷，他仍然努力修復。

D. Bài luyện tập   練習

1. 放 **Bất cứ** 在句首來修飾下列句子。

例句：Ba làm cho mẹ bất cứ cái gì mẹ đều rất thích.

    →Bất cứ cái gì ba làm cho mẹ, mẹ cũng đều rất thích.

1.1   Anh ấy không muốn chị ấy đi bất cứ nơi nào cả.

    _____

1.2   Họ không giấu giếm nhau bất cứ cái gì.

    _____

1.3   Chị ấy tìm cách khắc phục bất cứ khó khăn gì trong cuộc sống.

    _____

1.4   Anh ấy không để người bạn đời lo toan bất cứ việc gì trong gia đình.

    _____

1.5   Chị ấy chia sẻ với chồng khi có bất cứ phiền muộn gì.

    _____

2. 請用 **được xem là** 或 **được gọi là** 填充句子。

2.1   Bà Lan _____ người cao tuổi nhất ở đây.

2.2   Ở trong gia đình Ông Nam, bà Lan _____ dì Tư.

2.3   Một hôn nhân lãng mạn và hoàn hảo _____ không thực tế.

2.4   Bới lông tìm vết _____ một hành vi nên tránh trong hôn nhân.

2.5   Vì _____ người đẹp, nên chị ấy rất vui.

2.6   Trong công ty này, ngoài tên Hồng ra, chị ấy còn _____ người hạnh phúc.

2.7   Sự hòa hợp trong hôn nhân _____ rất quan trọng.

2.8   Trong tiếng Việt hành vi "xoi mói và bới móc chuyện cũ" còn _____ hành vi bới lông tìm vết.

2.9 Chị ấy _____ nhà doanh nghiệp thành công và trẻ nhất trong năm 2019.

2.10 Tình trạng hôn nhân đổ vỡ hiện nay _____ rất phổ biến.

3. 重組下列句子。

3.1 cũng / hôn nhân / có / người phụ nữ / hạnh phúc / nào / muốn / bất cứ.

_____

3.2 ông ấy / thậm chí / bận bù đầu / ngủ / thời gian / không có / cả tuần nay.

_____

3.3 nhưng / tuy / chị ấy / chưa / như là / đã / xem / anh ấy / kết hôn / vợ.

_____

3.4 của / được xem là / anh ấy / con đường / thuận lợi / nhất / công danh.

_____

3.5 anh ấy / nói gì / đi nữa / cho dù / đồng ý / cũng / có / thì / không / vợ anh ấy.

_____

4. 請用 xem (coi)... như là 來組合下列的句子。

例句：Tôi / mẹ ruột / bà ấy.

　　→Lúc nào tôi cũng xem (coi) bà ấy như là mẹ ruột.

4.1 Anh ấy / người bạn đời / chỗ dựa tin cậy.

_____

4.2 Bà ấy / trọng tâm cuộc sống / hôn nhân gia đình.

_____

4.3 Chị ấy / một điều cần thiết / sự thi vị trong hôn nhân.

_____

4.4 Bà Lan / mọi người trong gia đình tôi / người thân của bà ấy.

_____

4.5 Ông Nam / mồi lửa thổi bùng sự mâu thuẫn trong gia đình / sự ôm đồm của bà Lan.

_____

5. 請以 **thậm chí** 來修飾下列句子。

例句：Anh ấy cho rằng hôn nhân của anh ấy đã sứt mẻ còn rất nghiêm trọng.

　　→ Anh ấy cho rằng hôn nhân của anh ấy đã sứt mẻ, thậm chí còn rất nghiêm trọng.

5.1　Anh Tuấn tước bỏ mọi thú vui của vợ cũng không cho chị ấy đi đâu cả.

_____

5.2　Đối với chị Hồng thì anh Vinh là người chồng tốt còn rất hoàn hảo nữa.

_____

5.3　Bà Lan chê bai chị ấy hết lời còn bới móc đời tư của chị ấy.

_____

5.4　Ông Nam rất coi trọng chị ấy còn xem chị ấy như là chỗ dựa tin cậy nhất.

_____

5.5　Anh Vinh bận bù đầu cả ngày còn phải tăng ca đến tối.

_____

6. 請以 **cho dù... đi nữa... thì** 來修飾下列句子。

例句：Chị ấy lo toan mọi việc trong nhà thế nào anh ấy vẫn không hài lòng.

　　→ Cho dù chị ấy lo toan mọi việc trong nhà thế nào đi nữa thì anh ấy vẫn không hài lòng.

6.1　Bà Lan khá giả tới đâu bà ấy vẫn rất tằn tiện.

_____

6.2　Cuộc sống thiếu hụt thế nào chị ấy vẫn muốn có hôn nhân lãng mạn.

_____

6.3　Chị ấy tỏ vẻ hạnh phúc đến đâu mọi người vẫn thấy chị ấy lo âu phiền muộn.

_____

6.4 Anh ấy cầu hôn bao nhiêu lần chị ấy vẫn khước từ.

_____

6.5 Họ nói em ấy dựa dẫm ai em ấy cũng khó mà thành công.

_____

E. Bài trắc nghiệm　測驗

請仔細聆聽並回答以下的問題。

1. 是非題：請仔細聆聽並回答問題。

1.1 Ngày nay tỷ lệ hôn nhân dang dở ngày càng cao.

_____

1.2 Những cuộc hôn nhân không thực tế, như đòi hỏi người bạn đời quá hoàn hảo và lãng mạn cũng dễ đổ vỡ.

_____

1.3 Việc quá tằn tiện không ảnh hưởng gì đến hôn nhân cả.

_____

1.4 Muốn có hôn nhân hạnh phúc thì phải dựa dẫm vào cha mẹ.

_____

1.5 Người bạn đời sẽ cảm thấy mệt mỏi, phiền muộn, nếu bạn cứ giả bệnh để thu hút sự chú ý của họ.

_____

1.6 Nếu bạn có một gia đình hạnh phúc thì trong công việc bạn cũng sẽ dễ thành công hơn.

_____

2. 填充題：請仔細聆聽並完成以下的句子。

2.1 Nguyên nhân dẫn đến hôn nhân _____ thì có rất nhiều.

2.2 Hôn nhân mà trong đó có một bên hoặc cả hai quá tằn tiện hay _____ mà không nghĩ đến cảm nghĩ của người kia thì cũng dễ dẫn đến sứt mẻ.

2.3 Để có một hôn nhân hạnh phúc thì cả hai phải tin tưởng nhau, phải biết sống vì nhau và phải xem người bạn đời như là _____ .

2.4 Để thu hút sự chú ý và chăm sóc của _____ mà cứ giả bệnh thì sẽ làm cho người bạn đời mệt mỏi, phiền muộn, như vậy cũng dễ dẫn đến đổ vỡ.

2.5 Bạn hãy _____, nếu bạn có một gia đình hạnh phúc thì trong công việc bạn cũng sẽ dễ thành công hơn.

F.   Bài viết   寫作

請針對下列的主題寫一篇六百個字以上的文章。

Hãy viết một bài văn ngắn về cuộc sống hôn nhân mà bạn mong đợi.

_____

_____

_____

_____

_____

_____

_____

_____

_____

_____

_____

_____

_____

_____

_____

_____

Bài 10　Tín ngưỡng
第十課　信仰

本課學習目標

（一）學習閱讀報導式的文章
（二）以談話的方式認識較有深度的會話內容
（三）認識語法：

句型：**Hễ (Cứ)... + là +** 動詞 / 形容詞 / 句子

Có phải + 句子 **+ không?**

Hèn gì (Thảo nào) + 動詞 / 形容詞 / 句子 **+ (như) vậy / thế**

量詞：**hàng nghìn (hàng chục, hàng trăm, hàng nghìn, hàng vạn, hàng triệu...)**

（四）以習題來練習使用本課語法
（五）以報導方式引導練習，並培養聽力、書寫能力
（六）以寫作來提升作文能力

A. Bài đọc   課文

Tín ngưỡng thờ cúng Hùng Vương bản sắc văn hóa của người Việt

Tác giả Nguyên Thảo trong trang Đời sống Xã hội có nói về Tín ngưỡng thờ cúng Hùng Vương. Bài viết đề cập tín ngưỡng thờ cúng Hùng Vương có từ xa xưa và đã trở thành một bản sắc văn hóa của cộng đồng người Việt. Dù đi đâu, ở đâu, mỗi người con đất Việt luôn hướng về nguồn cội, hướng về tổ tiên với một lòng thành kính tri ân. Vì lẽ đó, thờ cúng Hùng Vương đã và đang có sức lan tỏa mãnh liệt, trở thành chất keo bền chặt gắn nghĩa "đồng bào". Hằng năm, cứ đến tháng ba âm lịch, người người lại đua nhau trẩy hội về đền Hùng. Họ đến đền Hùng không chỉ để cầu mưa thuận, gió hòa cho một năm yên vui mà còn đến để thể hiện lòng biết ơn sâu sắc cũng như ý thức tôn vinh công lao dựng nước của các vua Hùng. Tín ngưỡng thờ cúng Hùng Vương vì thế đã trở thành bản sắc văn hóa đặc biệt của dân tộc Việt Nam…không chỉ là hoạt động tâm linh đơn thuần.

Trên toàn bộ lãnh thổ Việt Nam hiện có 1.417 địa điểm có di tích thờ cúng các vua Hùng và các nhân vật liên quan đến thời đại Hùng Vương. Như thế, đã từ hàng nghìn năm lịch sử dựng nước và giữ nước, trên địa bàn Phú Thọ nói riêng và cả nước nói chung, tín ngưỡng thờ cúng Hùng Vương đã là một đặc trưng trong tín ngưỡng dân gian của dân tộc Việt Nam và ăn sâu vào trong máu thịt của từng người con mang trong mình dòng máu Lạc Hồng với truyền thuyết cùng sinh ra từ một bọc trăm trứng nặng sâu tình nghĩa "đồng bào".

Trong tâm thức sâu thẳm của mỗi người dân Việt Nam từ bao đời nay, vua Hùng là vị Tổ đã có công dựng nên quốc gia Văn Lang - Nhà nước đầu tiên, sơ khai của dân tộc Việt Nam. Vua Hùng chính là nguồn gốc tổ tiên chung của cả dân tộc Việt Nam. Chính vì vậy, tín ngưỡng thờ cúng Hùng Vương có một vị trí rất quan trọng trong đời sống tâm linh và tình cảm của các thế hệ người dân Việt Nam, vừa thiêng liêng, vừa cụ thể vừa là điểm tựa tinh thần, tạo nên sức mạnh đại đoàn kết toàn dân tộc cùng nhau dựng nước và giữ nước mà Bác Hồ đã tổng kết và khái quát thành chân lý của dân tộc và của thời đại: "Các vua Hùng đã có công dựng nước, Bác cháu ta phải cùng nhau giữ lấy nước".

Từ mới bài đọc 課文生詞

1. đời sống 生活
2. tín ngưỡng 信仰
3. thờ cúng 祭拜
4. Hùng Vương 雄王
5. xa xưa 悠久
6. bản sắc văn hóa 文化特色 / 文化本色
7. cộng đồng 族群 / 社群
8. nguồn cội 來源 / 根源
9. tổ tiên 祖先
10. lòng thành kính tri ân 虔誠感恩
11. vì lẽ đó 因為那個原因
12. sức lan tỏa 延展力
13. chất keo 膠質
14. đua nhau 相爭 / 陸續
15. trẩy hội 朝聖
16. mưa thuận, gió hòa 風調雨順
17. yên vui 安樂
18. ý thức 觀念 / 意識 / 思想
19. tôn vinh 成就 / 造就 / 包裝（動詞）
20. công lao dựng nước 建國功勞 / 開國之功
21. tâm linh 心靈
22. đơn thuần 單純
23. tinh thần đoàn kết 團結精神
24. dân tộc 民族
25. lãnh thổ 領土
26. địa điểm 地點
27. đặc trưng 特徵
28. ăn sâu 深入
29. bọc trăm trứng 百蛋袋 / 百卵結晶
30. sâu thẳm 深處
31. trong tâm thức 心目中 / 意識裡
32. bao đời nay 這幾個世代
33. sơ khai 起初 / 初始 / 最初
34. thế hệ 輩 / 代
35. thiêng liêng 神聖的
36. điểm tựa tinh thần 精神的依靠 / 精神的寄託
37. giữ lấy nước 保護國土 / 衛國

讀後思考問題

Sau khi đọc hiểu bài đọc, bạn hãy cho biết suy nghĩ của bạn về:

1. Việc thờ cúng tổ tiên cũng là một tín ngưỡng.

2. Tín ngưỡng của một người là do ảnh hưởng của cha mẹ, người thân.

3. Ở nước bạn tôn giáo tín ngưỡng nào được xem là phổ biến nhất? Tại sao?

B. Hội thoại 會話

Hai người bạn Đài Loan và Việt Nam đang nói về Lễ giỗ tổ Hùng Vương ở Việt Nam.

台灣朋友跟越南朋友談起越南祭拜雄王的節慶。

Người bạn Đài Loan: Tuần trước khi tôi đi Việt Nam, bạn của tôi có đưa tôi đi trẩy hội đền Hùng.

Người bạn Việt Nam: Thế sao? Anh cảm thấy Lễ hội giỗ tổ Hùng Vương thế nào?

Người bạn Đài Loan: Lễ hội được tổ chức rất long trọng.

Người bạn Việt Nam: Hễ đến tháng ba âm lịch hàng năm là người dân Việt Nam cúng bái các vị vua Hùng.

Người bạn Đài Loan: Có phải Lễ hội vua Hùng chỉ được tổ chức ở tỉnh Phú Thọ không?

Người bạn Việt Nam: Ồ, không phải. Đây là một lễ hội của cả nước. Mọi người đều được nghỉ lễ.

Người bạn Đài Loan: Hèn gì có nhiều người đi cúng bái như vậy.

Người bạn Việt Nam: Người dân Việt Nam xem vua Hùng là tổ tiên dựng nước. Tín ngưỡng thờ cúng Hùng Vương có một vị trí rất quan trọng trong đời sống tâm linh và tình cảm của chúng tôi.

Người bạn Đài Loan: Đây cũng chính là bản sắc văn hóa của Việt Nam, phải không?

Người bạn Việt Nam: Anh nói đúng rồi. Chúng tôi cúng bái vua Hùng không chỉ thể hiện lòng biết ơn tổ tiên mà còn tôn vinh công lao dựng nước của các vua Hùng.

Người bạn Đài Loan: Tôi cho rằng đây là một lễ hội thật có ý nghĩa. Tôi đã từng nghe nói về truyền thuyết Lạc Long Quân và Âu Cơ.

Người bạn Việt Nam: Phải, vua Hùng là một trong một trăm người con của Lạc Long Quân và Âu Cơ.

Người bạn Đài Loan: Vì thế mà người Việt Nam tin rằng họ là con rồng cháu tiên phải không?

Người bạn Việt Nam: Phải, chúng tôi là con cháu Lạc Hồng. Chúng tôi tự hào về điều đó.

Từ mới hội thoại 會話生詞

MP3-049

1. long trọng 隆重
2. cúng bái 祭拜
3. tổ chức 舉辦
4. cả nước 全國
5. truyền thuyết 傳說

6. Lạc Long Quân 貉龍君
7. Âu Cơ 嫗姬（貉龍君和嫗姬被認為是越南「百蛋袋」的傳說中之越南人始祖）
8. tin rằng 相信
9. tự hào 驕傲

C.　Ngữ pháp　　語法

1. 句型：Hễ (Cứ)... + là + 動詞 / 形容詞 / 句子

　　Hễ (Cứ)... + là 相當於中文的「一到（只要）……就」，**Hễ (Cứ)...** 後方可以是指時間的名詞或動詞 / 形容詞，在 **là** 後方通常是句子，表示條件與結果關係，意指如果有某個事情或現象，就必然會有某個事情或現象，沒有例外。

例如：1.**Cứ** đến tháng năm **là** mùa mưa lại bắt đầu.　一到五月份雨季就又開始。

　　　2.Dạo này **hễ** có tiền **là** anh ấy muốn tiêu xài phung phí.

　　　　最近一有錢他就想奢侈地花用。

2. 句型：Có phải + 句子 + không?

　　「**Có phải + ... + không?**」相當於中文「是否……呢？」，**Có phải** 與 **không** 之間通常是一個句子，表示詢問來確認某件事情。

例如：1.**Có phải** hôm nay là ngày cúng bái ông bà **không**?　今天是否是祖先的祭拜日呢？

　　　2.**Có phải** chị muốn hỏi vấn đề **không**?　妳是否想要問問題呢？

　　　3.**Có phải** anh ấy đã có vợ rồi **không**?　他是否已有太太了呢？

3. 句型：Hèn gì (Thảo nào) + 動詞 / 形容詞 / 句子 + (như) vậy / thế

　　Hèn gì (Thảo nào) 相當於中文的「難怪」，出現在句子前方，有時可以搭配語氣詞 **(như) vậy / thế**，表示原因與結果關係。

例如：1.Hôm nay chị ấy đi trẩy hội, **thảo nào** thức sớm **vậy**!

　　　　她今天去朝聖，難怪那麼早起床！

　　　2.Em ấy có bạn trai rồi, **hèn gì** em ấy thích ăn diện **thế**!

　　　　她有男朋友了，難怪她那麼喜歡打扮！

　　　3.Anh ấy trúng số rồi, **thảo nào** vui **như vậy**!　他中樂透了，難怪那麼開心！

4. 量詞：hàng nghìn (hàng chục, hàng trăm, hàng nghìn, hàng vạn, hàng triệu...)

　　如果 **hàng** 的後方是數字：「**chục**」（十）、「**trăm**」（百）、「**nghìn (ngàn)**」（千）、「**vạn**」（萬）、「**triệu**」（百萬）……等，相當於中文的「數十」、「上百」、「上千」、「上萬」、「上百萬」等，表示一個龐大、數不清的複數。

例如：1.Có **hàng nghìn** người đang biểu tình ở Phủ Tổng thống.

　　　　有上千人正在總統府抗議。

　　　2.Mẹ có **hàng chục** quyển sách nghiên cứu về văn hóa Việt Nam.

　　　　媽媽有數十本有關越南文化研究的書。

　　　3.Người ta quyên góp **hàng vạn** gói mì tôm cho người bị nạn.

　　　　人們捐贈上萬包泡麵給遇難的人。

　　　4.Ông ấy đã mất **hàng triệu** đồng mua căn nhà này.

　　　　他已花上百萬元買這間房子。

D. Bài luyện tập   練習

1. 以 **Hễ (Cứ)... là** 來修飾下列句子。

例句：Về nhà, ba đọc báo.

　　　→Hễ (Cư) về nhà là ba đọc báo.

1.1　Gặp chị ấy, tôi không biết nói gì cả.

_____

1.2　Đi trẩy hội, chị ấy thức dậy sớm.

_____

1.3　Có tiền, anh ấy mời tôi đi ăn cơm.

_____

1.4　Dạo này nghỉ phép, anh ấy đi thăm ba mẹ.

_____

1.5　Có con, phụ nữ lại bận rộn hơn.

_____

2. 請用 **hàng trăm quyển sách**、**hàng chục ngôi nhà**、**hàng nghìn năm**、**hàng triệu Đài tệ**、**hàng vạn cây xanh**、**hàng chục khách hàng**、**hàng tỷ đồng**、**hàng nghìn thứ**、**hàng trăm bài hát**、**hàng vạn người** 填充句子。

2.1　Chị ấy nghiên cứu về lịch sử văn hoá _____ của Việt Nam.

2.2　Có _____ đã bị thiệt hại trong trận bão lớn vào tuần rồi.

2.3　Mẹ thường nói phải có _____ mới có thể mua nhà ở Đài Bắc.

2.4　Họ quyên góp _____ cho trẻ em ở vùng hẻo lánh.

2.5　Cửa hàng bách hóa ở Đài Bắc có bán _____.

2.6　Vì muốn hát hay nên chị ấy luyện tập _____.

2.7　Công ty của ông ấy tuyên bố phá sản, vì bị thiệt hại _____.

2.8　Thành phố này trong mười năm đã trồng _____.

2.9　Có _____ đến khiếu nại trong chiều nay.

2.10　Mỗi ngày có _____ không có cơm ăn trên thế giới.

3. 重組下列句子。

3.1　gặp / cà phê / uống / mời / là / tôi / anh ấy / hễ.

_____

3.2　là / không / anh / Việt Nam / có phải / người?

_____

3.3　anh / rất / chị ấy / yêu / anh / điểm tựa / là / chị ấy / của / tinh thần / nói / hèn gì.

_____

3.4　về hưu / đã / bà ấy / thảo nào / rồi / bà ấy / ở / không / nữa / thấy / công ty.

_____

3.5　đang / người / việc làm / hàng nghìn / có / cần.

_____

4. 請用 **Có phải... không?** 來完成下列的句子。

例句：Chị ấy là người Mỹ.

　　　→Có phải chị ấy là người Mỹ không?

4.1　Họ cho rằng cần phải tôn vinh bản sắc văn hóa dân tộc.

_____

4.2　Anh ấy nói tinh thần đoàn kết rất quan trọng.

_____

4.3　Mẹ là điểm tựa tinh thần của em.

_____

4.4　Thế hệ trẻ ngày nay cũng quan tâm đến việc thờ cúng tổ tiên.

_____

4.5 Anh ấy hiểu về văn hóa lịch sử Việt Nam.

_____

5. 請以 **hèn gì / thảo nào** 來修飾下列句子（可以去除不必要的詞）。

例句：Anh ấy không đi làm vì bị bệnh rồi.

　　　→Anh ấy bị bệnh rồi, hèn gì (thảo nào) không đi làm.

5.1 Ông ấy vất vả như vậy vì có nhiều con.

_____

5.2 Bà ấy không cần làm gì cả vì có rất nhiều tiền.

_____

5.3 Hôm nay chị ấy đi chơi một mình vì chia tay với bạn trai rồi.

_____

5.4 Chị ấy thích đi du lịch vì biết nói nhiều ngoại ngữ.

_____

5.5 Ba cảm thấy mệt mỏi vì phải tăng ca nhiều ngày.

_____

6. 請以 **hễ** 或 **hèn gì** 來填充下列句子。

6.1 Em ấy là người ham chơi, _____ có thời gian là lên mạng.

6.2 _____ có người đến thăm là mẹ vui khôn kể.

6.3 Chị ấy muốn đi Việt Nam làm việc, _____ rất cố gắng học tiếng Việt.

6.4 Anh ấy không muốn làm phiền người khác _____ không điện thoại cho ai biết anh ấy bị bệnh cả.

6.5 Mẹ thích nấu ăn, _____ thích mời bạn bè đến nhà dùng cơm.

E.   **Bài trắc nghiệm**   測驗

請仔細聆聽並回答以下的問題。

1. 是非題：請仔細聆聽並回答問題。

1.1   Trong truyền thuyết của người Việt Nam, vua Hùng là người có công dựng nước.

_____

1.2   Hàng năm vào tháng hai âm lịch người dân đều đến đền Hùng trẩy hội.

_____

1.3   Người dân Việt Nam đến đền Hùng chỉ cầu nguyện mưa thuận gió hòa.

_____

1.4   Trên lãnh thổ Việt Nam có một nghìn nơi thờ cúng vua Hùng.

_____

1.5   Mỗi năm lễ hội Hùng Vương được tổ chức rất long trọng.

_____

1.6   Lễ hội Hùng Vương đã trở thành một bản sắc văn hóa của cộng đồng người Việt. Nam.

_____

2. 填充題：請仔細聆聽並完成以下的句子。

2.1   Nhân dân cả nước đều hướng về cội nguồn _____ của mình.

2.2   Thể hiện lòng biết ơn tổ tiên và ý thức _____ công lao dựng nước của các vua Hùng.

2.3   Người dân Việt Nam xem mình là _____, nòi giống Lạc Hồng.

2.4   Ngày nay _____ Việt Nam cũng rất quan tâm đến việc thờ cúng tổ tiên.

2.5   Họ cho rằng đây không chỉ là một _____ đơn thuần.

F. Bài viết 寫作

請針對下列的主題寫一篇六百個字以上的文章。

Hãy viết một bài văn ngắn về những tín ngưỡng mà bạn quan tâm, và tín ngưỡng có ảnh hưởng gì với cuộc sống của một người.

_____

_____

_____

_____

_____

_____

_____

_____

_____

_____

_____

_____

_____

_____

MEMO

Bài 11
Dịch vụ mua bán nhà đất

第十一課
房地產買賣服務

本課學習目標

（一）學習閱讀報導式的文章
（二）以談話的方式認識較有深度的會話內容
（三）認識語法：
　　　句型：**Ai mà** 或 **Ai mà không** + 動詞／形容詞
　　　biết đâu + (chừng) + 動詞／形容詞／句子
　　　主語 + **làm sao mà** + 動詞／形容詞 + 謂語
　　　主語 + **bao giờ cũng** + 動詞／形容詞
　　　主語 + **chỉ** + 動詞／形容詞 + **mỗi** + 謂語
　　　đâu 在否定句子中的使用
（四）以習題來練習使用本課語法
（五）以報導方式引導練習，並培養聽力、書寫能力
（六）以寫作來提升作文能力

A. Bài đọc 課文

Mở bán chính thức dự án Spring Home

Trên trang mạng Dân Trí - Diễn đàn Dân Trí Việt Nam có đăng bài giới thiệu về một dịch vụ mở bán nhà thuộc dự án Spring Home với nội dung như sau:

Spring Home tọa lạc tại số 326 Lê Trọng Tấn (Hà Nội), Chung cư Spring Home được xây dựng trên khu đất rộng gần 3.000m2, là tổ hợp công trình xây dựng được thiết kế hài hòa giữa không gian sống và cảnh quan khu vực.

Spring Home cao 12 tầng + 01 tầng Penhouse (chưa kể tầng hầm), trong đó, tầng 1 là khu vực dịch vụ - thương mại, từ tầng 2 đến tầng 12 là khu căn hộ. Tòa nhà có 01 tầng hầm, đảm bảo chỗ đỗ xe cho cư dân tòa nhà.

Quy tụ được nhiều lợi thế: Vị trí đắc địa, thiết kế đẹp, diện tích căn hộ phong phú, thông thoáng, nằm trong khu vực có hạ tầng hiện đại, an toàn và yên tĩnh, Spring Home là môi trường lý tưởng để sống và làm việc. Dự án được đầu tư bởi Tổng công ty 36 - Bộ Quốc Phòng, đơn vị vừa được Chủ tịch nước phong tặng danh hiệu Anh hùng Lao động, đây cũng là đơn vị có nhiều kinh nghiệm và uy tín trong ngành xây dựng, đã thi công các công trình lớn như: Công trình nhà ga T1 Sân bay quốc tế Nội Bài, Khách sạn 5 sao Bộ Quốc phòng, Nhà làm việc của các ban Đảng, Tòa nhà B6, B7 Giảng Võ; Công trình nhà hát quân đội, Trụ sở cục thuế Hà Nội, Công trình hội trường Bộ Quốc phòng, Bệnh viện đa khoa Bắc miền Trung… Với Spring Home hơn cả một công trình xây dựng, Spring Home là Ngôi nhà mùa xuân ấm áp và hạnh phúc mà Chủ đầu tư mong muốn cho khách hàng của mình.

Lấy cảm hứng từ sắc xuân ngọt ngào và tươi mới, Spring Home mang một phong cách kiến trúc gần gũi và ấm áp với sắc xanh ngập tràn, là màu của sức sống, của tình yêu thương và hạnh phúc. Toàn bộ hệ thống vườn cây được bố trí xen kẽ xung quanh tòa đem lại bầu không khí bình yên và trong lành cho cư dân.

Với tiêu chí mang lại sự hài lòng nhất cho khách hàng, không chỉ thiết kế hợp lý, Spring Home còn được hoàn thiện với những trang thiết bị chất lượng: sàn nhà lát gỗ công nghiệp cao cấp, hệ thống cửa đi là gỗ tự nhiên, chất liệu sơn bề mặt, thiết bị vệ sinh, thiết bị điện, đều được lựa chọn từ những thương hiệu uy tín như Jonton, Sino, Ariston, Inax, đá granite Bình Định… Spring Home được thiết kế 3 thang máy tốc độ cao nhằm đảm bảo nhu cầu giao thông của cư dân trong Tòa nhà được nhanh chóng và thuận tiện nhất.

Từ mới bài đọc 課文生詞

1. Diễn đàn Dân Trí 民智論壇
2. dịch vụ 服務（名詞）
3. dự án 方案 / 案子
4. tọa lạc 座落
5. Lê Trọng Tấn 黎仲晉（人名）
6. chung cư 公寓大樓
7. xây dựng 建設
8. khu đất 土地
9. rộng 寬
10. quy tụ 聚集
11. lợi thế 優勢
12. đắc địa 得勢 / 黃金地段
13. hạ tầng 基礎設施 / 下層基礎

14. Bộ Quốc Phòng 國防部
15. Chủ tịch 主席
16. phong tặng 頒贈
17. danh hiệu 名號 / 稱號
18. Anh hùng Lao động 勞動英雄
19. thi công 施工
20. Sân bay quốc tế Nội Bài 內牌國際機場
21. ban Đảng 黨部
22. tổ hợp 組合
23. công trình 工程
24. hài hòa 和諧 / 協調 / 勻稱
25. tầng 層
26. chưa kể 未計

27. tầng hầm　地下室	36. phong cách kiến trúc　建築風格
28. khu căn hộ　套房／住宅	37. xen kẽ　穿插／間隔／交叉
29. chỗ đỗ xe / chỗ đậu xe　停車位	38. trong lành　清新
30. cư dân tòa nhà　大樓居民／大樓住戶	39. tiêu chí　標誌／標記／目標
31. nhà hát quân đội　軍隊歌劇院	40. hoàn thiện　完善
32. Trụ sở cục thuế　稅務局的辦公室	41. sàn nhà lát gỗ　貼木質皮的地板
33. hội trường　會場／會館	42. bề mặt　表面／面積
34. Bệnh viện đa khoa　綜合醫院	43. thang máy　電梯
35. chủ đầu tư　投資者	

 讀後思考問題

Sau khi đọc hiểu bài đọc, bạn hãy cho biết suy nghĩ của bạn về:

1. Nhà ở là một thứ quan trọng trong cuộc sống của mỗi người.

2. Sự phát triển của dịch vụ mua bán nhà ở nước bạn (cung và cầu).

3. Thanh niên ngày nay thường làm việc ở các thành phố lớn, nhu cầu thuê nhà ở các thành phố lớn như thế nào?

B.   Hội thoại   會話

Hai người bạn đang chia sẻ về kinh nghiệm mua nhà.

兩位朋友分享買屋經驗。

Người bạn 1: Tôi muốn đổi nhà mới, nhưng chưa tìm được nơi thích hợp.

Người bạn 2: Thật hả? Nhà chị bây giờ ở địa điểm rất tốt mà!

Người bạn 1: Ai mà không biết địa điểm nhà tôi rất tốt, nhưng các con tôi lớn rồi cần nhà có diện tích lớn hơn.

Người bạn 2: Có phải chị muốn đổi nhà có 3 phòng ngủ không?

Người bạn 1: Phải đó, nhà tôi hiện nay chỉ có hai phòng ngủ, một phòng ăn một phòng khách thôi.

Người bạn 2: À, gần khu nhà tôi có một tòa nhà đang xây dựng. Chị có thể đến đó xem, biết đâu chừng chọn được căn hộ thích hợp.

Người bạn 1: Ôi, khu nhà của chị ở thì giá cao lắm, tôi làm sao mà mua nổi.

Người bạn 2: Đâu có đâu! Bây giờ nhà ở khu tôi ở đang đứng giá đó, không đắt như chị nghĩ đâu.

Người bạn 1: Chị nói thật không? Người bán nhà bao giờ cũng nói vậy, nhưng khi đi xem nhà thì giá luôn luôn rất cao.

Người bạn 2: Chị tin tôi đi! Hôm kia chồng tôi có đến khu nhà đó tham quan rồi, anh ấy nói rất lý tưởng.

Người bạn 1: Chồng chị cũng muốn mua nhà nữa sao?

Người bạn 2: À, anh ấy thích đầu tư nhà đó mà! Anh ấy chỉ thích mỗi việc đầu tư nhà thôi.

Người bạn 1: Thế thì nhờ anh ấy dẫn tôi đi xem nhé!

Người bạn 2: Được rồi, tôi sẽ nói anh ấy điện thoại hẹn ngày dẫn chị đi xem.

Người bạn 1: Vậy thì hay quá! Cảm ơn chị rất nhiều!

Từ mới hội thoại 會話生詞

1. đổi nhà 換屋
2. phòng ngủ 臥房
3. phòng ăn 飯廳
4. phòng khách 客廳
5. đứng giá 價格停滯

6. đắt = mắc 貴
7. người bán nhà 房屋銷售員
8. đầu tư 投資
9. nhờ 拜託 / 請託
10. dẫn 帶領 / 指導 / 帶路

C. Ngữ pháp　　語法

1. 句型：**Ai mà** 或 **Ai mà không** + 動詞 / 形容詞

　　Ai mà 或 **Ai mà không**，是一種「對某人的說法或想法表達反駁」的用法。依據每個場合，有的是否定的（如：**Ai mà biết** 意指「誰知道」也就是「沒人知道」），有的是肯定的（如：**Ai mà không biết** 意指「誰不知道」也就是「誰都知道」）。此說法通常都用在口語表達。

例如：1.**Ai mà** không muốn có nhà cao cửa rộng. 誰不想要有豪門大院。

　　　2.**Ai mà** thích ở khu nhà không tiện nghi này. 誰喜歡住在這不便利的房子。

2. 句型：**biết đâu** + (**chừng**) + 動詞 / 形容詞 / 句子

　　biết đâu (chừng) 相當於中文的「說不定、搞不好」，出現在動詞 / 形容詞 / 句子前方，表示也許進行某個動作或行為等會有想不到的結果。

例如：1.Chị nên xem nhà nhiều nơi, **biết đâu** sẽ mua được nhà giá rẻ.
　　　　妳應該多看點房子，說不定會買到價格便宜的。

　　　2.Tôi muốn làm thử xem, **biết đâu chừng** sẽ thành công.
　　　　我想試看看，說不定會成功。

　　　3.Chị về nhà xem sao, **biết đâu** anh ấy đã ở nhà rồi.
　　　　妳回家看看，搞不好他已經在家裡了。

3. 句型：主語 + **làm sao mà** + 動詞 / 形容詞 + 謂語

　　làm sao mà 相當於中文的「怎麼能」，出現在動詞 / 形容詞前方，表示主語強調沒有辦法進行某行為或動作等。

例如：1.Tôi **làm sao mà** ăn nổi một con gà. 我怎麼能吃掉一隻雞。

　　　2.Chị ấy **làm sao mà** làm được công việc này. 她怎麼能做好這份工作。

　　　3.Bà ấy **làm sao mà** giặt hết đống quần áo này. 她怎麼能洗完這一堆衣物。

4. 句型：主語 + **bao giờ cũng** + 動詞 / 形容詞

　　bao giờ cũng 相當於中文的「何時都」，表示主語一直都是這樣不會改變。有時可以把主語放在 **bao giờ** 和 **cũng** 之間。

例如：1.Khu căn hộ ở khu vực này **bao giờ cũng** đắt hơn nơi khác.

　　　　　這區域的住宅區何時都比其他地方貴。

　　　　2.**Bao giờ** mẹ **cũng** tìm lời khen ngợi tôi. 媽媽何時都找話誇獎我。

　　　　3.Anh ấy **bao giờ cũng** đi làm muộn. 他上班何時都遲到。

　　　　4.Chủ đầu tư này **bao giờ cũng** đầu tư nhà cao cấp.

　　　　　這位投資者何時都投資高級房屋。

5. 句型：主語 + **chỉ** + 動詞 / 形容詞 + **mỗi** + 謂語

　　chỉ.... mỗi，這組合表示一個限定的範圍，表示強調「在那個範圍」，相當於中文的「只（在某範圍）」。**chỉ** 通常出現在動詞 / 形容詞前方，而 **mỗi** 出現在指某範圍的名詞前方。

例如：1.Trước đây ông ấy luôn nói **chỉ** thích **mỗi** mình tôi thôi.

　　　　　以前他總是說只喜歡我一人而已。

　　　　2.Chị ấy **chỉ** quan tâm **mỗi** việc nhà. 她只關心家務這一件事。

　　　　3.Mẹ nói em bây giờ **chỉ** cần lo **mỗi** việc học là được rồi.

　　　　　媽媽說我現在只需要顧好學業這件事就好了。

6. đâu 在否定句子中的使用

　　đâu 在否定句子中，若在動詞前方就表示「不、沒有、哪裡」做某動作或行為，若出現在句尾部分就扮演語氣助詞「啦」。

例如：1.Tôi **đâu** có nhiều tiền mà mua nhà cao cấp. 我哪裡有那麼多錢買高級房子。

　　　2.Tôi không thích sống ở khu nhà quá ồn ào **đâu**!

　　　　我不喜歡住在太吵鬧的住宅區啦！

　　　3.Chị ấy **đâu** biết tôi đã đổi nhà rồi **đâu**! 她哪知道我已經換房子了啦！

D. Bài luyện tập　練習

1. 以 **Ai mà** 或 **Ai mà không** 來修飾下列句子。

例句：Không ai dám hỏi anh ấy vấn đề này.

　　　→Ai mà dám hỏi anh ấy vấn đề này.

1.1　Ai cũng biết chị ấy đổi nhà mới.

_____

1.2　Không ai biết chỗ đỗ xe ở đâu.

_____

1.3　Ai cũng muốn mua căn hộ có thang máy.

_____

1.4　Ai cũng hỏi chị ấy làm thế nào để mua nhà cao cấp giá rẻ.

_____

1.5　Không ai dám đầu tư nhà ở khu nhà này.

_____

2. 請用 **biết đâu** 或 **làm sao mà** 填充句子。

2.1　Chị hỏi anh ấy thử xem _____ anh ấy sẽ giúp chị.

2.2　Anh ấy _____ giúp chị khi mà anh ấy không có tiền.

2.3　Anh không nói thì mẹ _____ biết được anh đang cần gì.

2.4　Chị cứ yên tâm đi _____ chiều nay sẽ có tin vui đấy.

2.5　Chung cư này có thang máy _____ bất tiện được.

2.6　_____ anh ấy sẽ đến nên tôi phải ngồi ở đây chờ anh ấy.

2.7　_____ chị biết anh ấy đang nghĩ gì.

2.8　Tôi sẽ đi gặp chị ấy _____ sẽ thuyết phục được chị ấy.

2.9　Chỗ đậu xe ở đây rất nhỏ, chị ấy _____ đậu xe được.

2.10　Khu chung cư này không có lợi thế gì cả _____ bán giá cao.

3. 重組下列句子。

3.1　nói / đâu / cho / muốn / biết / tôi / anh ấy / đâu.

_____

3.2　chỉ / mỗi / ông Nam / mình / thôi / ở đây / tôi / quen biết.

_____

3.3　cũng / căn hộ / bao giờ / mới / nói về / anh ấy / của / thích / mình.

_____

3.4　biết / người / không / ai mà / nhất / bà ấy / trong / khu này / giàu / là.

_____

3.5　hỏi / biết đâu / nên / anh / nhà / cách / chị ấy / đầu tư / chị ấy / dạy / sẽ / anh.

_____

4. 請用下列詞彙（**nói、hiểu、mua、mời、ăn mặc**）來填充以下的句子。

4.1　Khách hàng bao giờ cũng muốn _____ nhà có nhiều lợi thế tốt.

4.2　Mỗi khi gặp nhau bao giờ anh ấy cũng _____ tôi uống cà phê.

4.3　Mẹ bao giờ cũng _____ yêu thương tôi.

4.4　Bao giờ chị ấy cũng _____ đẹp hơn chúng tôi.

4.5　Ba bao giờ cũng _____ mẹ hơn mọi người.

5. 請以 **chỉ... mỗi** 來修飾下列句子。

例句：Hôm nay anh ấy ăn món chả giò.

　　　→Hôm nay anh ấy chỉ ăn mỗi món chả giò.

5.1　Đi xem nhà khắp nơi, ông ấy ưng ý khu nhà cao tầng này.

_____

5.2　Bà ấy càng già thì thích việc trò chuyện với con cháu.

_____

5.3   Chị ấy hài lòng về phong cách kiến trúc của tòa nhà này.

_____

5.4   Em ấy không tự tin lắm vì biết một ngoại ngữ thôi.

_____

5.5   Anh Tuấn cảm thấy mệt mỏi vì hôm qua ngủ 5 tiếng thôi.

_____

6. 請以 **đâu** 或 **biết đâu** 來填充下列句子。

6.1   Em ấy _____ có vui vì mẹ không cho phép em ấy đi chơi.

6.2   Ông ấy mới dọn đến đây, _____ ai biết ông ấy là ai đâu.

6.3   Chị ấy cố gắng học tiếng Việt, _____ sẽ có cơ hội đi Việt Nam làm việc.

6.4   Mẹ nói anh nên đi tham quan khu nhà mới _____ sẽ tìm được căn hộ ưng ý.

6.5   Hôm nay tôi sẽ không đến đâu, vì tôi _____ có rảnh.

E. Bài trắc nghiệm   測驗

請仔細聆聽並回答以下的問題。

1. 是非題：請仔細聆聽並回答問題。

1.1   Mua nhà luôn luôn là một vấn đề quan trọng trong cuộc đời mỗi người.

_____

1.2   Bạn phải chuẩn bị một số tiền lớn và phải bỏ nhiều thời gian để đi tham quan các khu nhà mới tìm được căn hộ lý tưởng.

_____

1.3   Căn hộ lý tưởng là căn hộ chỉ cần có thang máy tốc độ cao.

_____

1.4   Tìm một căn nhà với nhiều lợi thế rất dễ dàng, chỉ cần có tiền.

_____

1.5   Việc mua nhà không giống như việc mua quần áo, nên phải chọn lựa kỹ càng.

_____

2. 填充題：請仔細聆聽並完成以下的句子。

2.1   Sau khi kết hôn ai cũng muốn có một căn nhà cho _____.

2.2   Một căn hộ lý tưởng ở trung tâm thành phố với một phong cách _____ hiện đại.

2.3   Hệ thống thang máy tốc độ cao nhằm đảm bảo _____ của cư dân trong tòa nhà.

2.4   Việc mua nhà là việc mất nhiều thời gian và _____.

2.5   Bạn phải _____ để có thể tìm được một nơi sống vui vẻ và thoải mái.

F. Bài viết   寫作

請針對下列的主題寫一篇六百個字以上的文章。

Hãy viết một bài văn ngắn về ngôi nhà mà bạn thích cùng với nhu cầu và khả năng mua nhà ở hiện nay của người trẻ tuổi.

_____

_____

_____

_____

_____

_____

_____

_____

_____

_____

_____

_____

_____

_____

_____

_____

Bài 12 Thể thao
第十二課 運動

本課學習目標

（一）學習閱讀報導式的文章
（二）以談話的方式認識較有深度的會話內容
（三）認識語法：

主語 + **vốn** + 形容詞 / 動詞

Dẫu sao + 主語 + **cũng** + 動詞 / 形容詞

Mặc dù (Dù) + 動詞 / 形容詞 / 句子 + **nhưng** + 動詞 / 形容詞 / 句子

Cả + 主語 ₁ / 時間狀態語 ₁ + **lẫn / và** + 主語 ₂ / 時間狀態語 ₂ + 動詞 / 形容詞 / 句子

主語 + 形容詞 / 動詞 + **chứ không / chứ chưa** + 形容詞 / 動詞

đấy 當語氣助詞的用法

（四）以習題來練習使用本課語法
（五）以報導方式引導練習，並培養聽力、書寫能力
（六）以寫作來提升作文能力

A. Bài đọc / 課文

Thể thao VN đặt mục tiêu bao nhiêu HCV SEA Games, môn nào là mũi nhọn?

Trên trang 24h.com.vn đã đưa tin Ông Trần Đức Phẩn, trưởng đoàn thể thao Việt Nam ở SEA Games 2019 đã hé lộ về mục tiêu của đoàn.

Chiều tối ngày 22/10/2019 tại Hà Nội đã diễn ra lễ công bố nhà tài trợ cho đoàn thể thao Việt Nam tham dự SEA Games 2019. Theo đó, đoàn Việt Nam đã nhận được tài trợ lớn từ một hãng đồ uống.

Một thông tin đáng chú ý được nhà tài trợ hé lộ là sẽ dành một gói khoảng 1,5 tỷ đồng cho các VĐV Việt Nam giành huy chương Vàng trên đất Philippines.

Cũng tại buổi lễ Phó Tổng cục trưởng Tổng cục TDTT, Trưởng đoàn thể thao Việt Nam dự SEA Games 2019, ông Trần Đức Phẩn đã tiết lộ những thông tin đáng chú ý liên quan tới công tác chuẩn bị cũng như mục tiêu của đoàn.

Theo đó, đoàn thể thao Việt Nam sẽ đặt mục tiêu lọt vào top 3 và xác định rõ để hoàn thành nhiệm vụ này, các VĐV sẽ phải giành tối thiểu khoảng 65 HCV (thực tế đoàn nhắm tới khoảng 70 tới 72 HCV).

Đây là những con số không dễ đạt được bởi ông Phẩn cho biết nhiều môn sở trường của thể thao Việt Nam đã bị cắt giảm: "Với tính toán của nước chủ nhà, Philippines chắc chắn sẽ nhắm tới ngôi số 1. Bên cạnh đó là đoàn Thái Lan, quốc gia có nền thể thao phát triển hàng đầu khu vực. Họ đã giành được nhiều thành tích châu lục cũng như thế giới."

"Đoàn thể thao Việt Nam cùng với Indonesia, Malaysia và Singapore, quốc gia có rất nhiều môn Olympic mạnh, cạnh tranh cho vị trí còn lại."

Trưởng đoàn thể thao Việt Nam dự SEA Games cho biết thêm, các môn mũi nhọn nhắm mang về nhiều thành tích cho đoàn sẽ là bơi, điền kinh, thể dục dụng cụ và các môn võ. Ngoài ra năm nay, đại hội cũng có sự trở lại của môn vật, đây sẽ là một cơ hội cho các VĐV Việt Nam.

　　Ở kỳ SEA Games 2017, đoàn thể thao Việt Nam giành được 58 HCV, đứng hạng thứ 3 (theo wiki), ngay trên Singapore có 57 HCV và phía sau chủ nhà Malaysia, Thái Lan.

Từ mới bài đọc　課文生詞

1. thể thao 體育 / 運動
2. SEA Games 東南亞運動會
3. đặt mục tiêu 訂定目標 / 目標
4. HCV (huy chương Vàng) 金牌
5. môn （運動）項目
6. mũi nhọn 尖端
7. môn mũi nhọn 強項 / 重點項目
8. Trần Đức Phấn 陳德奮（人名）
9. hé lộ / tiết lộ 洩漏 / 揭漏 / 透漏
10. diễn ra 進行
11. lễ công bố 宣布儀式 / 記者會
12. nhà tài trợ 贊助商
13. tham dự 參與
14. hãng đồ uống 飲料公司
15. thông tin 資訊
16. đáng chú ý 值得關注
17. một gói 一筆 / 一套 / 一包
18. tỷ 十億

19. VĐV (vận động viên) 運動員 / 選手
20. giành 奪獎 / 爭取 / 獲得
21. đất 土地 / 領土
22. Tổng cục 總局
23. Phó Tổng cục trưởng 副總局長
24. TDTT (thể dục thể thao) 體育 / 運動
25. lọt vào 進入 / 入圍 / 擠進
26. top 3 / tốp 3 準決賽（爭前三名）
27. xác định rõ 清楚確定 / 清楚知道
28. nhiệm vụ 任務
29. tối thiểu 最少 / 至少
30. thực tế 實際
31. nhắm tới 針對 / 對準 / 瞄準 / 嚮往
32. con số 數據
33. môn sở trường 強項
34. cắt giảm 消除 / 消減 / 取消
35. tính toán 計算 / 稽核 / 計較 / 打算
36. nước chủ nhà 主辦國

37. ngôi số 1 / ngôi đầu 第一名 / 冠軍	*48.* cạnh tranh 競爭
38. bên cạnh đó 在那同時	*49.* vị trí 位置
39. quốc gia 國家	*50.* còn lại 剩下
40. nền thể thao 體育背景 / 運動領域	*51.* bơi 游泳
41. phát triển 發展	*52.* điền kinh 田徑
42. hàng đầu khu vực 區域前茅	*53.* thể dục dụng cụ 體操
43. thành tích 成績	*54.* môn võ 武術
44. châu lục 洲際	*55.* đại hội 大會
45. cũng như 也像 / 亦如 / 亦似	*56.* sự trở lại 回來（名詞）
46. thế giới 世界	*57.* môn vật 摔角項目
47. mạnh 強	

讀後思考問題

Sau khi đọc hiểu bài đọc, bạn hãy cho biết suy nghĩ của bạn về:

1. Tầm quan trọng của việc phát triển thể thao đối với một quốc gia?

2. Các môn thể thao nào được xem là môn thể thao mũi nhọn ở nước bạn?

3. Thể dục thể thao đóng vai trò gì trong cuộc sống hàng ngày?

B. Hội thoại　　會話

Nam và Hương đang thảo luận về Đại hội Thể thao Đông Nam Á.

兩位朋友 Nam（南）和 Hương（香）正在討論東南亞運動會。

Nam: Chị có thường đón xem SEA Games không?

Hương: Có chứ! Tôi thích xem nhất là các cuộc thi thể dục dụng cụ.

Nam: Phải, môn thể dục dụng cụ của đội nước ta vốn là môn có thế mạnh.

Hương: Ngoài ra môn đấu kiếm cũng là môn mà bạn trai tôi thích xem nhất.

Nam: Tôi cũng thích môn này, nhưng nghe nói năm nay hai môn này bị loại khỏi chương trình thi đấu rồi.

Hương: Thật vậy sao? Đó là hai môn mà đội nước ta vốn rất mạnh mà!

Nam: Phải đó. Dù đã bị loại các môn thế mạnh nhưng dẫu sao những môn khác chúng ta cũng không kém.

Hương: Nhưng không có hai môn này chúng ta ít nhất sẽ mất mười huy chương đấy!

Nam: Mặc dù thế nhưng tôi vẫn tin đội nước ta sẽ vẫn lọt vào tốp dẫn đầu.

Hương: Anh tự tin thế! Tôi cảm thấy hơi thất vọng vì không có môn mà tôi thích.

Nam: Chị phải xem để cổ vũ đội nhà và các vận động viên của chúng ta chứ!

Hương: Tôi chỉ hơi thất vọng thôi chứ không phải không xem.

Nam: À, cả tôi lẫn anh Hùng đều muốn mua vé máy bay đi xem thi đấu đấy!

Hương: Thật không? Các anh có thể xin nghỉ phép hả?

Nam: Không phải, chúng tôi chỉ muốn thôi, chúng tôi không thể xin nghỉ phép.

Hương: Thì ra là thế! Ôi, xem truyền hình trực tiếp cũng được mà!

Nam: Phải, chỉ đành thế thôi!

Từ mới hội thoại 會話生詞

1.	không kém 不差	5.	đội nhà 地主隊 / 主辦國隊
2.	tốp dẫn đầu 前十名	6.	thi đấu 比賽
3.	thất vọng 失望	7.	truyền hình trực tiếp 電視直播
4.	cổ vũ 鼓舞 / 鼓勵	8.	chỉ đành 只好

C.　Ngữ pháp　　語法

1. 句型：主語 + **vốn** + 形容詞 / 動詞

　　vốn 相當於中文的「本來」，出現在形容詞或動詞前方，表示主語本來就是如此。

例如：1.Môn thể dục dụng cụ **vốn** là môn thế mạnh của đội thể thao Việt Nam.

　　　　體操本來就是越南體育隊的強項。

　　　2.Chị ấy **vốn** là vận động viên trẻ tuổi nhất ở đây.

　　　　她本來就是這裡最年輕的運動員。

　　　3.Ba **vốn** không phải là người yêu thích thể thao.

　　　　爸爸本來就不是喜歡運動的人。

2. 句型：**Dẫu sao** + 主語 + **cũng** + 動詞 / 形容詞

　　Dẫu sao (Dù sao) 相當於中文的「儘管如此、無論如何」，出現在主語前方，通常搭配 **cũng**（也）或 **vẫn**（仍、還是）使用，**cũng** 或 **vẫn** 後方通常是動詞或形容詞。

例如：1.**Dẫu sao** chị ấy **cũng** không phải là người mà tôi muốn quan tâm.

　　　　儘管如此，她也不是我想關心的人。

　　　2.**Dẫu sao** môn đấu kiếm **vẫn** là môn thể thao mà tôi thích nhất.

　　　　無論如何，擊劍仍是我最喜歡的一項運動。

3. 句型：**Mặc dù (Dù)** + 動詞 / 形容詞 / 句子 + **nhưng** + 動詞 / 形容詞 / 句子

　　Mặc dù (Dù) 相當於中文的「儘管」，出現在動詞、形容詞或句子前方，表示主語儘管如何做，但仍有相反的結果。**Mặc dù (Dù)** 會與 **nhưng** 搭配使用。

例如：1.**Mặc dù** không có cơ hội thi đấu **nhưng** anh ấy vẫn cố gắng luyện tập.

　　　　儘管沒有機會比賽，但是他仍努力練習。

2.**Dù** đội chủ nhà đã thua trận này **nhưng** họ vẫn không nản lòng.

儘管主辦國隊已輸了這一場，但是他們仍沒有灰心。

3.**Mặc dù** đã kết hôn nhiều năm **nhưng** họ vẫn không muốn có con.

儘管已結婚很多年了，但是他們還是不想有孩子。

4. 句型：**Cả** + 主語 ₁ / 時間狀態語 ₁ + **lẫn / và** + 主語 ₂ / 時間狀態語 ₂ + 動詞 / 形容詞 / 句子

Cả... lẫn / và... 相當於中文的「（包括）……和……」，適合用來強調兩個主語或兩個時間或兩個行為、狀態都處在同一個情境裡。

例如：1.**Cả** ba **lẫn** anh trai đều rất thích xem SEA Games.

包括爸爸和哥哥都很喜歡看東南亞運動會。

2.**Cả** tôi **và** mẹ đều muốn mua quần áo mới. 包括我和媽媽都想買新衣服。

3.Mẹ nói **cả** hôm qua **lẫn** hôm nay mẹ đều mất ngủ.

媽媽說（包括）昨天和今天這兩天媽媽都失眠。

4.Anh ấy biết **cả** nấu ăn **lẫn** làm việc nhà. 他懂得（包括）做飯和做家事。

5. 句型：主語 + 形容詞 / 動詞 + **chứ không / chứ chưa** + 形容詞 / 動詞

chứ không / chứ chưa 相當於中文的「而不、而未」，此結構通常肯定 **chứ không / chứ chưa** 前方的內容，並否定 **chứ không / chứ chưa** 後方的內容。另外 **chứ** 在句尾當語助詞時，表示對話中說話的人要強調反駁對方的內容的意味。

例如：1.Anh ấy bị loại ra khỏi cuộc thi **chứ không** phải bỏ cuộc.

他被去除於比賽，而不是放棄比賽。

2.Chị ấy sắp kết hôn **chứ chưa** kết hôn. 她快結婚而尚未結婚。

3.- Anh ấy là vận động viên giỏi của đội chủ nhà.

他是主辦國隊的強勁選手。

- Không phải, anh ấy là vận động viên đội Thái Lan **chứ**!

不是，他是泰國隊的選手啦！

6. đấy 當語氣助詞的使用

a. **đấy (đó, vậy, thế)** 在疑問句子中當語氣助詞時，表示被詢問的行為正在發生還帶有親切。

例如：1.Anh đi đâu **đấy**? 你去哪裡呀？

　　　2.Chị đang làm gì **đấy**? 妳在做什麼呀？

b. **đấy (đó)** 在敘述句子中當語氣助詞時，表示想呼籲、強調的意味。

例如：1.Đó là môn thể thao mà ba thích nhất **đấy**! 那是爸爸最喜歡的運動項目啊！

　　　2.Xin hãy quan tâm chị ấy vì chị ấy là người mới **đấy**!
　　　　請關心她，因為她是新人啊！

D. Bài luyện tập   練習

1. 以 **Dẫu sao... cũng** 或 **Dẫu sao... vẫn** 來修飾下列句子。

例句：Tôi biết anh ấy sẽ không mua đâu, không có tiền.

→Tôi biết anh ấy sẽ không mua đâu, dẫu sao anh ấy cũng không có tiền.

1.1   Anh ấy lo ngại không thể làm cho chị ấy hạnh phúc, nhưng chị ấy muốn kết hôn với anh ấy.

_____

1.2   Dù bà ấy hơi lạnh nhạt, nhưng mẹ thích nói chuyện với bà ấy.

_____

1.3   Hôm nay anh Nam không thể xem cúp bóng đá, nhưng anh Nam không thích thức khuya xem truyền hình trực tiếp.

_____

1.4   Dù đội nhà chưa chuẩn bị tốt, nhưng họ cổ vũ cho đội nhà.

_____

1.5   Tuy tôi đã tha thứ cho anh ấy rồi, nhưng tôi không muốn gọi cho anh ấy trong lúc tâm trạng không vui thế này.

_____

2. 請用 **chứ không** 或 **chứ chưa** 填充句子。

2.1   Bà ấy là người tính toán _____ phải là người không tốt.

2.2   Ông ấy chỉ già yếu thôi _____ phải bị bệnh.

2.3   Trời sắp mưa rồi _____ có mưa.

2.4   Nghe nói môn thể thao này bị đề nghị loại _____ quyết định loại.

2.5   Mẹ chỉ thích nấu ăn cho mọi người ăn thôi _____ thích ăn.

2.6   Chị ấy muốn làm thử thôi _____ chuẩn bị sẵn sàng.

2.7 Anh ấy chỉ muốn cạnh tranh với đối thủ _____ phải ghét đối thủ.

2.8 Bây giờ anh ấy muốn đặt trọng tâm vào công việc _____ phải không quan tâm gia đình.

2.9 Tôi cho rằng anh ấy là người nhiều tham vọng _____ phải là người xấu.

2.10 Tôi chỉ muốn sớm về hưu thôi _____ có về hưu.

3. 重組下列句子。

3.1 vận động viên / đấy / là / một / xuất sắc / anh ấy!

_____

3.2 đấy / trước đây / là / ông ấy / quan chức / vốn / một / ngành thể thao!

_____

3.3 vẫn / mặc dù / anh ấy / bỏ cuộc / rất / tự tin / đấy /cuối cùng / nhưng!

_____

3.4 bạn / của / anh ấy / là / tôi / bạn trai / tôi / chứ / không phải / của.

_____

3.5 lẫn / thích / trước đây / chương trình / anh ấy / đều / xem / cả / tôi / thể thao.

_____

4. 請用 vốn 來修飾下列的句子。

例句：Học tiếng Việt không khó.

　　　→Học tiếng Việt vốn không khó.

4.1 Mẹ là người thích leo núi.

_____

4.2 Con trai của ông ấy là vận động viên thể thao.

_____

4.3 Mẹ muốn em Mai phải tập thể dục mỗi ngày.

_____

4.4   Chị ấy đã sẵn sàng tham gia cuộc thi.

_____

4.5   Anh Hùng đã quyết định chinh phục trái tim chị Hương.

_____

5. 請以 **mặc dù... nhưng** 來修飾下列句子。

例句：Ba không có tiền vẫn vui vẻ.

　　　→Mặc dù ba không có tiền nhưng vẫn vui vẻ.

5.1   Được mọi người khẳng định chị Hương vẫn không tự tin.

_____

5.2   Rất cố gắng anh Tuấn vẫn không chinh phục được chị Lan.

_____

5.3   Không có nhiều tiền ông ấy vẫn muốn mua nhà ở trung tâm thành phố.

_____

5.4   Đã đạt tới mục tiêu anh ấy vẫn không hài lòng.

_____

5.5   Mẹ đã giải thích chị ấy vẫn không hiểu.

_____

6. 請以 **cả... lẫn** 來修飾下列句子。

例句：Em ấy, tôi đều thích xem chương trình thể thao.

　　　→Cả em ấy lẫn tôi đều thích xem chương trình thể thao.

6.1   Kênh VTV 3, VTV4 đều phát sóng trận thi đấu bóng chày.

_____

6.2   Hôm nay ngày mai chúng ta đều phải luyện tập.

_____

6.3   Ba mẹ đều muốn tôi thường xuyên tập thể dục.

_____

6.4   Khả năng của tôi, anh ấy đều được mọi người khẳng định.

_____

6.5   Bà ấy hy vọng con gái, con trai đều có mục tiêu phấn đấu chung.

_____

E.   Bài trắc nghiệm   測驗

請仔細聆聽並回答以下的問題。

1. 是非題：請仔細聆聽並回答問題。

1.1   Đội thể thao Việt Nam đang tích cực luyện tập để chuẩn bị cho SEA Games 2019.

_____

1.2   Hai môn thể dục dụng cụ và đấu kiếm không phải là hai môn thế mạnh của đội thể thao Việt Nam.

_____

1.3   Các quan chức trong ngành thể thao cho rằng đội thể thao Việt Nam không có đủ sức lọt vào tốp 3 chung cuộc.

_____

1.4   Đội thể thao Việt Nam trong mười mấy năm qua luôn đứng trong vị trí 3 nước đứng đầu.

_____

1.5   Các khán giả ủng hộ nhiệt tình cho đội thể thao Việt Nam vô cùng phấn khởi vì đội thể thao Việt Nam rất tự tin sẽ lọt vào tốp 3.

_____

1.6   Sự thành công tại SEA Games không có ý nghĩa quan trọng trong sự phát triển cũng như các tham vọng ra biển lớn của thể thao Việt Nam.

_____

2. 填充題：請仔細聆聽並完成以下的句子。

2.1   Hai môn _____ của đội thể thao Việt Nam có thể sẽ bị loại khỏi chương trình thi đấu.

2.2   Các quan chức trong ngành thể thao vẫn _____ đội thể thao Việt Nam.

2.3 Ngay từ đầu năm các _____ của Việt Nam đã được tập trung và lao vào luyện tập.

2.4 Họ sẵn sàng _____ với bất kỳ một đối thủ nào.

2.5 Dẫu chỉ là sân chơi ở _____ nhưng thành công tại SEA Games luôn có ý nghĩa quan trọng.

F. Bài viết   寫作

請針對下列的主題寫一篇六百個字以上的文章。

Hãy viết một bài văn ngắn về thói quen tập thể dục hoặc chơi thể thao của bạn và những môn thể thao mà tuổi trẻ hiện nay quan tâm.

_____

_____

_____

_____

_____

_____

_____

_____

_____

_____

_____

_____

_____

_____

_____

Phụ lục
附錄

詞彙表

本詞彙表只收錄書中所有生字部分，並依越語字母順序排列，方便索引。

A

ám ảnh 纏擾 / 糾纏

anh hùng Lao động 勞動英雄

ảnh hưởng 影響

áo dài 越南長衫

áo dài trắng 白長衫

Ă

ăn mặc xuề xòa 穿著隨便

ăn sâu 深入

Â

âm hưởng dân ca 民歌音律

Âu Cơ 嫗姬

B

bác sĩ 醫生

bài hát 歌曲

bài tập 功課

bài viết 文章

ban Đảng 黨部

ban giám khảo 評審團

bản thân 自己

bản sắc văn hóa 文化特色

bản sắc Việt 越南民族本色 / 越南民族色彩

bao đời nay 這幾世代

báo cáo 報告

báo Phụ Nữ 婦女報

báo Sài gòn Giải phóng 西貢解放日報

bạn đời 另一半

bày biện 擺設 / 陳設

bắt buộc 迫使 / 強迫

bắt cá 抓魚

bận bù đầu 忙得不可開交

bất cứ 任何

bất cứ nơi nào 任何哪地方

bật khỏi 擠出

bề mặt 表面 / 面積

bến 碼頭

bệnh nhân 病人

bệnh tim mạch 心臟疾病

bệnh viện đa khoa 綜合醫院

bí quyết 祕訣

bị loại khỏi 被淘汰於 / 去除於

biển Đông 東海

biển Hồ 湖海

biểu diễn 表演

biểu tượng 象徵

bình chọn 評選

bình luận 評論

bình quân 平均

bình thường 平常

bỏ hết 拋下所有

bỏ qua　略過 / 忽略

bọc trăm trứng　百蛋袋 / 百卵結晶

bóng dáng　身影

bổ trợ　輔助 / 助力

Bộ Quốc Phòng　國防部

bờ sông　河畔

bới lông tìm vết　吹毛求疵 / 雞蛋裡挑骨頭

bới móc　挖苦

bục giảng　講台

buổi tiệc　宴會

bữa　餐

bữa ẩm thực bình dân　平民飲食餐

bữa tiệc　宴會

C

ca khúc　歌曲

ca-nô　汽艇

ca sĩ　歌手

cả nước　全國

căn bệnh　疾病

căng thẳng　緊張

cắt giảm　消除 / 消減

cấm　禁止

cân bằng　平衡 / 均衡 / 取得平衡點

cần câu　釣竿

cận kề　接近

câu cá　釣魚

cây ăn trái　果樹

chán nản　灰心

chắc chắn　確定 / 一定

chăm bẵm　聚精會神 / 細心照顧

chẳng phải　不是

chấm điểm　評分

chất béo bão hòa　飽和脂肪

chất bột　澱粉

chất keo　膠質

chất liệu　質料

chất lượng　品質 / 質量

chất xơ　纖維

châu lục　洲際

chéo　斜

chê bai　嫌棄

chế biến　烹煮 / 烹調

chi tiêu　支出

chỉ ra　指出

chia sẻ　分攤 / 分享 / 分擔

chiếm đa số　占多數

chính thức　正式

chính xác　正確

chít eo vừa người　腰圍束緊合身

cho thôi việc　被辭退 / 被解僱

chỗ　地方 / 位子

chỗ dựa tin cậy　信賴的依靠

chỗ đậu xe　停車位

chỗ đỗ xe　停車位

chốt lại 敲定

chu đáo 周到 / 周密 / 周嚴

chú rể 新郎

chú trọng 注重 / 關注

chú ý 注意

chủ đầu tư 投資者

chủ động 主動

chủ gia đình 一家之主

chủ thể độc lập 獨立個體

chủ tịch 主席

chuẩn bị 準備

chung cuộc 總決賽

chung cư 公寓大樓

chuyên khoa tâm thần 精神專科

chuyện bình thường 平常的事

chưa kể 未計

chữa chạy 治療

chứng bệnh 疾病

chứng chỉ 檢定證書

chương trình thi đấu 比賽方案 / 比賽項目

có liên quan 有關

có lỗi 有罪 / 有錯

có nghĩa là 意思是

có ý nghĩa 有意義

coi trọng 看重 / 重視

con đường công danh 功名之路

con người 人們 / 人類

con số 數據

cô gái 女孩 / 小姐

cổ tàu dạng đứng 中式立領

cổ vũ 鼓舞 / 鼓勵

công khai 公開

công lao dựng nước 建國功勞 / 開國之功

công luận 公論 / 輿論

công phu 功夫 / 工夫

công trình 工程

công ty mậu dịch 貿易公司

công ty tư nhân 私人公司

cộng đồng 族群 / 共同體

cởi mở 開朗

cơn đói 饑餓

cúng bái 祭拜

cuộc chinh phục 征服（名詞）

cuộc điều tra 調查（名詞）

cuộc thi 比賽（名詞）

cư dân tòa nhà 大樓居民 / 大樓住戶

D

danh hiệu 名號 / 稱號

dành riêng 專屬

dành thời gian 花時間 / 留時間

dạo này 最近

dân dã 純樸鄉村

dân tộc 民族

dẫn 帶領 / 指導 / 帶路

dẫn đến　導致

dấu hiệu　徵兆／跡象

dẫu　儘管／即使／不管

dẫu sao　無論如何／不管怎麼樣

dẫu sao　無論如何／不管怎麼樣

dịch vụ　服務（名詞）

diễn đàn Dân Trí　民智論壇

diễn ra　進行

diện tích　面積

dinh dưỡng　營養

doanh nhân　企業家

dù　儘管／即使／不管

dù sao　無論如何／不管怎麼樣

dùng cơm ở bên ngoài　在外面用餐

dùng cơm ở nhà　在家用餐

dự án　方案／案子

dự định　打算

dựa dẫm　依賴／依靠／傍

dựa trên　依據

Đ

đài truyền hình　電視台

đại hội　大會

đam mê　深情迷戀

đàm phán　談判

đàn ông　男人

đáng căng thẳng　值得緊張／值得擔心

đáng chú ý　值得關注

đáng lo ngại　令人擔憂

đáng nói　值得一提

đánh giá　評價

đánh mất　丟失／失去

đáp ứng　達成／滿足（動詞）

đào hồ　挖湖

đắc địa　得勢／黃金地段

đặc thù　特殊

đặc trưng　特徵

đắt　貴

đặt mục tiêu　訂定目標／目標

đặt tình cảm　放情感

đặt trọng tâm　把重心放在

đất　土地／領土

đâu đâu　處處／到處

đấu kiếm　擊劍

đấu trường　競技場

đầu tư　投資

đầy bất ngờ　充滿意外

đẹp mắt　悅目／好看

đề cập　提及

đến mức　以致／至於

đến nỗi　以致／至於

địa bàn　地盤／地區

địa điểm　地點

điểm nhấn　強調點

điểm tựa tinh thần　精神的依靠／精神的寄託

điều cần thiết 必須的條件

điều trị 治療

đọc tiểu thuyết 看小說

đổ vỡ 破碎 / 破裂

đôi thanh niên nam nữ 男女青年情侶

đối diện 面對

đối mặt 面對

đối phó 對付 / 應付

đối thủ 對手

đổi nhà 換屋

đội nhà 自家隊伍

đồng nghiệp 同事

đồng thuận 同意

đột quỵ 中風

đời sống 生活

đời sống hằng ngày 日常生活

đơn giản 簡單

đơn thuần 單純

đờn ca tài tử 才子彈琴唱歌

đua nhau 相爭 / 陸續

đúng thời hạn 按期 / 如期

đưa ra 提出

đứng đầu 前幾名 / 排行榜 / 頂尖

đứng giá 價格停滯

được nhận 被錄取

được tuyển dụng 被僱用 / 被錄取

đường phố 街坊 / 街道

đường sông 河道

G

gánh nặng 負擔

gắn bó 緊密相連 / 相依為命

gắng sức 加倍努力 / 奮力

gấp 5 - 10 lần 5-10 倍

gấu rộng 寬褲管

gây 引起

gây thêm 製造更多 / 帶來更多

giá trị 價值

giải trí 娛樂

giải phụ 副獎 / 附加獎項

giám đốc 主任

giảm cân 減重

giảm sút 下降 / 減少

giành 奪獎 / 爭取 / 獲得

giấu giếm 隱瞞

giây phút thư giãn 放鬆休閒的時光

giữ công việc 成功拿下工作機會

giữ lấy nước 保護國土 / 衛國

gợi cảm 性感

H

ha (héc – ta) 公頃

hạ tầng 基礎設施 / 下層基礎

hái rau 割菜 / 摘蔬菜

hài hòa 和諧 / 協調 / 勻稱

ham thích　喜好 / 喜愛

hàm lượng　含量

hãng đồ uống　飲料公司

hành vi tự tử　自殺行為

hát　唱

hay quên　健忘

hấp dẫn　吸引 / 引人注目

hé lộ / tiết lộ　洩漏 / 揭漏 / 透漏

hệ thống sông ngòi　河川流域

hệ thống thi đấu　比賽系列

hết sức　非常 / 格外 / 十分 / 盡力

hi sinh　犧牲

hiếm khi　少有

hiện đại　現代

hiểu　暸解

hình mẫu gia đình　家庭模式

hòa hợp　融合

hoàn thành nhiệm vụ　完成任務

hoàn thiện　完善

hoàn toàn　完全

học hành　讀書 / 唸書（k 書）

hội họa　繪畫

hội trường　會場

hôn nhân　婚姻

hợp đồng mua bán　買賣合約

hợp lý　合理

Hùng Vương　雄王

huy chương　獎牌

huy chương vàng　金牌

hứa　答應 / 承諾

hương vị ngọt ngào　甜蜜香味

hưởng thụ　享受

hữu hiệu　有效率

hy sinh　犧牲

I

ít nhất　至少

ít nhiều　多少

K

kê đơn thuốc　開藥單

kế hoạch　計畫（名詞）

kết nối　結成（k 書）連接 / 結合

khá giả　小康

khả năng　能力 / 本領 / 可能性

khách nước ngoài　外賓

khám　檢查 / 看病

khám phá　探索 / 發現

khán giả　觀眾

khao khát　渴望

khắc phục　克服

khẳng định　肯定

khẩu phần　攝取份量

khiêm tốn　謙虛

khiến (cho)　使

khó ngủ　睡眠不好

khoản riêng　私房錢

khoản tiền riêng　私房錢

khoản tiết kiệm　存款

không bao giờ trải qua　不會經歷過

không đến nỗi nào　不至於怎樣

không gian　空間

không kém　不差

không nhất thiết　不一定

không sai　沒有錯

không thể thiếu　不能缺少

không vội　不急

khu căn hộ　套房 / 住宅

khu đất　土地

khu trưng bày tranh　畫展區

khu vực　區域

khúc sông　河段

khuyên rằng　勸說

khuynh hướng　傾向

kì thực　其實

kịch bản　劇本

kiểm soát　掌管 / 掌控

kiệt sức　精疲力竭 / 精疲力盡

kiểu dáng　樣式

kiểu hôn nhân　婚姻模式

kín đáo　低調 / 莊重

kinh doanh　經營 / 商業

kinh nghiệm　經驗

kịp thời　及時

kỹ năng　技能

kỹ thuật an toàn vệ sinh thực phẩm　食品衛生安全技術

L

lạ kì　奇妙

Lạc Long Quân　貉龍君

lao động chân tay　藍領工作

làm hư　教壞 / 使……學壞

làm tăng　增加

làm theo　照著做

làng họa sĩ　畫家村

lãnh thổ　領土

lần thi trước　上一次比賽

lễ công bố　宣布儀式 / 記者會

lễ nghi　禮儀 / 儀式 / 典禮

lệch lạc　偏差

lo âu　憂慮

lo toan　籌劃 / 盤算

long trọng　隆重

lòng thành kính tri ân　虔誠知恩的心

lọt vào　進入 / 入圍 / 擠進

lời bình　評語

lời chỉ dẫn　指引（名詞）

lời khuyên　勸告

lợi thế　優勢

lụa　綢緞

lụi tàn　熄滅

luyện tập　練習

lửa than hồng　紅炭火

lựa chọn　選擇

lực lượng đông đảo　足夠人馬

lý luận　理論

M

màu sắc　色彩

may mắn　幸運

mắc　貴 / 罹患

mắc lỗi　犯錯

mặc dù　儘管 / 即使 / 不管

mất hút　消失

mâu thuẫn　矛盾

mềm　柔軟

mênh mông　寬闊天際 / 寬闊無邊

mì ăn liền　泡麵 / 速食麵

mì gói　泡麵 / 速食麵

mì tôm　泡麵 / 速食麵

minh bạch　明白

mọi lứa tuổi　各年齡層

mọi mặt　一切 / 全面

mỏng nhẹ　輕薄

môi trường　環境

mối quan hệ tốt đẹp　美好的關係

mồi lửa　火種

môn　（運動）項目

môn mũi nhọn　強項 / 重點項目

môn sở trường　強項

môn thế mạnh　強項

một góc　一角落

một gói　一筆 / 一套 / 一包

một lần nữa　再一次

một phần　一部分

mở rộng　擴大

mới đây　最近

mục tiêu　目標

mũi nhọn　尖端

mưa thuận gió hòa　風調雨順

mức đóng góp　提供的金額 / 負擔的金額 /
貢獻的標準

mức lương　薪資標準

N

nam giới　男性

nắm giữ　掌握

nằm ven sông　位於河邊

năng lực　能力

nặng nhọc　繁重 / 辛苦

nặng trĩu　沉重

nền công nghiệp dệt　紡織工業

ngang đầu gối　齊膝部

ngành thể thao　體壇

ngày cưới　婚禮

ngắm nhìn　觀賞 / 觀看

ngắn gọn　簡短

nghe nhạc　聽音樂

nhà tài trợ　贊助商

như sau　如下

như vậy　如此

nghề nghiệp　職業

nghệ sĩ ưu tú　資深（傑出）藝人 / 藝術家

nghỉ việc　休假

nghiêm trọng　嚴重

ngoa ngôn　訛言

ngon miệng　可口 / 好吃

ngọn lửa　火苗

ngọt　甜

ngôi đầu　第一名 / 冠軍

ngôi sao　明星

nguồn cội　來源 / 根源

nguy cơ　危機

nguyên nhân chính　主要原因

nguyên thủy　原始

nguyên vật liệu　原物料

ngư dân　漁民

người bán nhà　房屋銷售員

người bạn đời　另一半

người dân　人民 / 民眾

người thân bạn bè　親朋好友

nhà hát quân đội　軍隊歌劇院

nhà tuyển dụng　僱主 / 徵才者

nhà vườn　農場

nhạc sĩ　音樂家

nhanh chóng　快速

nhắc đến　提到

nhắm tới　針對 / 對準 / 瞄準 / 嚮往

nhân viên nghiệp vụ　業務員

nhấn mạnh　強調

nhận thức　認知 / 意識

nhất nhất　一一

nhiệm vụ　任務

nhiếp ảnh　攝影

nhiều năm qua　多年來

nho nhỏ　小小

nhớ mãi　一直記得 / 一直懷念

nhờ　拜託 / 請託

niềm cảm hứng　靈感

nói tóm lược　簡介

nổi danh　出名 / 馳名

nông dân đích thực　真正的農民

nông lâm　農林

nơi công sở　辦公處

nuôi các loại tôm cá　養殖蝦魚類

nuôi trồng　養殖

nữ sinh　女生 / 女學生

nước nhà　國家

nước chủ nhà　主辦國

nướng　烤

Ô

ôm đồm　包辦 / 包攬

ông chủ　老闆

P

phát triển　發展

phần lớn　大部分

phía sau　後方 / 後盾 / 背後

phiền muộn　煩悶

phó giáo sư tiến sĩ　副教授博士

phó tổng cục trưởng　副總局長

phong cách kiến trúc　建築風格

phong tặng　頒贈

phóng viên　記者

phòng ăn　飯廳

phòng khách　客廳

phòng khám đa khoa　綜合診所

phòng ngủ　臥房

phỏng vấn　訪問

phổ biến　普遍

phương châm　方針

phường　坊

Q

quả trứng gà　雞蛋

quan chức　官員

quan hệ vợ chồng　夫妻關係

quan niệm　觀念

quan trọng　重要

quận　郡

quốc phục　國服

quy tụ　聚集

quyết định　決定

quyết liệt　激烈

R

ra biển lớn　出大海

ra đời　出生

rầu rĩ　憂傷

rối loạn lo âu　焦慮症

rối loạn tiêu hóa　消化系統不良

rối loạn về thể chất　身體不好

rộng　寬

S

sa thải　開除

Sài Gòn　西貢（屬胡志明市）

sàn nhà lát gỗ　貼木質的地板

sản xuất　生產

sáng tạo　創造

sau này　以後

sắc thái　色彩

sẵn sàng　準備好

Sân bay quốc tế Nội Bài　內牌國際機場

sân chơi　比賽場 / 遊戲場

sân trường 校園

sâu thẳm 深處

sếp 主管 / 上司

sinh thái 生態

sinh tật 出毛病 / 做壞事 / 學壞 / 搞怪

số lượng 數量

sống độc thân 單身生活

sống sót 生存 / 度過 / 存活

sơ khai 起初 / 初始 / 最初

suy nghĩ kỹ 謹慎思考

sự bàn thảo 討論（名詞）

sự đáng tiếc 遺憾 / 可惜（名詞）

sự đổi mới 更新 / 革新（名詞）

sự hòa hợp 融合（名詞）

sự hoàn hảo 完美

sự nghiệp 事業

sự phù hợp 符合（名詞）

sự cảnh tỉnh 警醒 / 當頭棒喝 / 警惕

sự chuyên nghiệp 專業（名詞）

sự thảo luận 討論（名詞）

sức hút 引力 / 吸力

sức lan tỏa 延展力

sứt mẻ 損傷 / 破損

T

tà áo dài thướt tha 長衫的輕盈衣襟

tái tạo 再造

tài chính 財務

tài khoản riêng 私人帳戶 / 私人帳號

tại sao 為什麼

tác giả 作者

tác phẩm điêu khắc 雕刻作品

tán gẫu 閒聊

tay áo ráp - lăng (raglan) 叉肩長袖

tần tiện 節儉

tăng 增加

tâm linh 心靈

tầm khu vực 區域等級

tầm tầm 普通 / 一般

tầng 層

tầng hầm 地下室

tập trung 集中

tập trung tư tưởng 集中思想

tẻ nhạt 乏味

tên tuổi 著名

thả lưới 撒網

thái quá 過度 / 過分 / 過量

tham dự 參與

tham vọng 奢望

than vãn 抱怨 / 嘆氣 / 唉聲嘆氣

thang máy 電梯

thành thạo 熟悉（熟練）

thành tích 成績

thay đổi 變化 / 改變 / 換

thân 衣襟

thân thiết 親切

thần tượng 偶像

thất vọng 失望

theo dõi 追蹤

theo kịp 跟上

thế giới 世界

thế hệ 輩 / 代

thế kỷ 世紀

thế mạnh 優勢

thể dục dụng cụ 體操

thể hiện 展現

thể thao 體操 / 運動

thi công 施工

thi vị 詩意 / 浪漫

thí sinh 參賽者 / 選手 / 考生

thị trường 市場

thích nghi 適應

thích ứng 適應

thiêng liêng 神聖的

thiếu 缺乏

thiếu hụt 欠缺 / 短缺

thiếu nữ 少女

thỏa mãn 滿足

thói quen ăn uống 飲食習慣

thổi bùng 引燃 / 炊燒

thông tin 資訊

thơ ca 詩歌

thờ cúng 祭拜

thời gian thử việc 工作試用期

thú vị biết bao 多麼有趣 / 很有趣

thú vui 樂趣 / 休閒活動

thuyết phục 說服

thư pháp 書法

thực hiện 執行

thực sự 真正

thực tế 實際

thưởng lãm 觀賞 / 欣賞

tích cực 積極

tiệc cưới 婚宴

tiến trình sống 生活進程 / 生活歷程

tiền bạc 金錢

Tiếng hát Truyền hình 電視歌唱比賽
（節目名稱）

tiếp đón 接待

tiết kiệm 節省 / 節儉

tiết tấu 節奏

tiêu chí 標誌 / 標記 / 目標

tiêu xài 支出 / 揮霍

tìm cách 想辦法

tin rằng 相信

tín ngưỡng 信仰

tinh khiết 純潔

tinh thần đoàn kết 團結精神

tính toán 計算 / 稽核 / 計較

tình trạng sức khỏe 健康狀況

tỉnh lân cận 鄰近省分

tỉnh miền Tây Nam bộ 西南部省分

tỉnh táo 清醒

tọa lạc 座落

tổ chức 舉辦 / 組織

tổ hợp 組合

tổ tiên 祖先

tốc độ 速度

tối thiểu 至少

tôn vinh 提昇 / 展現 / 襯托 / 崇尚

tổng cục 總局

tổng thể 整體

tốp 3 準決賽（爭前三名）

tơ tằm 絲綢

trải nghiệm 經歷

trang phục 服裝 / 服飾

trang trọng 莊重 / 莊嚴

tranh sơn dầu 油畫

tranh sơn mài 磨漆圖畫

trao quyền 授權

trầm cảm 憂鬱

trẩy hội 朝聖

trẻ trung 年輕

trên đà tràn ngập 氾濫的趨勢

trên hết 至上

trí nhớ 記憶

triển khai 展開

triệu chứng 症狀

trong cuộc đời 生命中

trong đời sống hàng ngày 每天生活中

trong khi 那同時 / 當……的時候

trong lành 清新

trong số ……之中

trong tâm thức 心目中 / 意識裡

trong trắng 純白

trồng 種植

Trụ sở cục thuế 稅務局的辦公室

trung niên 中年

trung tâm 中心

truyền hình thực tế 實況轉播

truyền hình trực tiếp 電視直播

truyền thuyết 傳説

trừ khi 除非

trừ phi 除非

trực tiếp 直接

trước đây 以前

trước hết 首先

tù túng 拘束

tuyến cao tốc 高速道路

tuyến tầm ngắn 短路線

tuyến tầm trung 中路線

tuyến tầm xa 遠路線

tuyệt đối 絕對

tư vấn　咨詢

từ　文字

tự đặt áp lực nặng　自給壓力大

tự hào　驕傲 / 自豪

tự kiêu　自大

tự mãn　自滿

tự mình　自己

tự phát　自發

tự tại　自在

tự tin　自信

tức ngực　胸悶

từng thời kỳ　每時期

tước bỏ　剝奪

tương lai　未來

tỷ　十億

U

ủng hộ　支持

uống thuốc　吃藥

V

vải　布料

văn bằng tốt nghiệp　畢業文憑

văn chương　文章 / 文筆 / 筆法

văn học　文學

vắng bóng　缺少 / 沒有人跡

vận động viên　運動員

vì lẽ đó　因為那原因

việc học hành　學業

Viện Dinh dưỡng Quốc gia
國家營養管理研究院

viết văn　寫文章

vòng quay SEA Games　東南亞巡迴賽

vô cùng　無窮 / 非常

vô vị　單調無味 / 毫無意義

vốn　本來

vơ vét　囊括

vừa phải　剛好

vượt　越過 / 渡過

vượt qua　度過

X

xa xưa　悠久

xa lánh　疏離 / 疏遠 / 遠避

xà cừ　硨磲

xác định rõ　清楚確定 / 清楚知道

xắn quần　捲起褲管

xây dựng　建立 / 建設

xẻ tà ngang eo　開襟至腰間

xen kẽ　穿插 / 間隔 / 交叉

xin nghỉ ốm　請病假

xoi mói　挑剔 / 找碴

xơ vữa động mạch　動脈硬化

xu hướng　趨向

xuất nhập khẩu　進出口

xuất sắc　出色 / 優秀 / 卓越 / 完美

xuống phố　逛街

Y

ý kiến　意見

ý thức　觀念 / 意識 / 思想

yên vui　安樂

yêu cầu　要求

yếu tố　要素 / 元素

課文及會話的中文解釋

第一課

A. 課文

對泡麵的營養價值需要有正確的瞭解

　　對於經常在半夜熬夜工作或唸書者，一包加蛋泡麵就可以讓他們清醒以及滿足在半夜的饑餓。不過根據西貢解放日報報導，速食麵（泡麵）雖然正成為日常生活中一種很普遍的食物，但是這種食品的品質和營養價值對於健康（的影響）非常令人擔憂。

　　根據越南食品衛生安全技術中心主任，Phan Thị Sửu（潘氏丑）副教授博士表示，速食麵的主要成分含有許多飽和脂肪、澱粉，少有纖維。速食麵在高溫的 shorterning 油（起酥油）中油炸，所以油容易被氧化，如果油又被多次反覆用來油炸，有可能產生增加膽固醇的脂肪，引起動脈硬化，降低血液循環，從此增加罹患各種心臟疾病、中風的危機。

　　Lê Bạch Mai（黎白梅）女士，國家營養管理研究院副院長另表示，經過考察一些在市面上最為普遍的泡麵品牌顯示，每一包速食麵的蛋白質含量只達攝取卡路里分量的 10% 以下，缺乏動物性蛋白、從蔬菜獲取的維他命，以及不均衡的營養成分。如果吃很多泡麵來代替每天的主餐會導致貧血、發展遲緩、營養不良、缺乏維他命，同時肥胖的風險也隨著增加。

B. 會話

記者訪問一位路人有關他的日常飲食習慣。

記　者：先生您好，你能否讓我訪問一兩個有關「日常飲食習慣」的問題呢？

受訪者：是，可以啊。

記　者：請問，你每天通常用多少餐？

受訪者：哦，有時候三餐或四餐，不一定。

記　者：那麼，你通常主要在家裡還是在外面用餐？

受訪者：大部分是在外面，因為我單身生活所以很少烹煮。

記　者：這樣啊，那麼你每天通常主要是吃什麼菜餚？

受訪者：呃，有時候是吃飯，有時候是吃河粉。

記　者：那麼你有常常吃泡麵嗎？

受訪者：哦，很常，當我要熬夜工作時，泡麵是最可口的食物了。

記　者：那麼你很清楚地了解泡麵的品質和營養價值嗎？

受訪者：哦，我只知道這是一種簡單、快速以及容易烹煮的食物。

記　者：那你平均多久吃一次泡麵？

受訪者：一兩天一次。

記　者：根據食品衛生安全技術中心的報告，如果經常吃泡麵會對健康不好。

受訪者：哦，這樣啊，我從未想過這個問題。

記　者：那以後你會減少吃泡麵嗎？

受訪者：嗯，也許，但是我想如果泡麵對健康不好，就應該禁止生產泡麵才對啊！

記　者：是，謝謝你的答覆。

受訪者：不客氣。再見。

第二課

A. 課文

「私房錢」：怎樣是剛好？

　　許多女性婚後通常會認為自己是一家之主，需要掌握所有金錢，掌管家中所有支出才是他真正的「妻子」。在那同時丈夫們對於私房錢又怎麼想呢？

　　在一份報導中諮詢的專家有提及，在目前夫妻倆大都要工作的家庭模式中，婚前兩方都有私人的帳戶，都有一些自己的存款。結婚時，婚姻生活把兩個人結合在一起。不過，如果認為這樣就是要所有東西完全都變成共同的，那真是……幻想。只經一段短短時間，每個人一定都會覺得太拘束，如果什麼事情都要一一「明白公開」，都要「問另一半的意見」，同意了才可以支出。

　　在家庭生活中，夫妻通常要面對很多有關金錢的實際問題，因此專家還針對夫妻們提出一些勸告，在此種情況下，雙方應該互相討論，找出一個供給家庭共同開銷費用的合理負擔金額。此外擁有剛好的私房錢使雙方可以自主開支，就沒有什麼值得需要緊張、擔心。

　　諮詢專家還再提出，除非這些私房錢太多、太大以至夫妻倆像是兩個「獨立個體」，私房錢並非「使丈夫們學壞」的主要原因。

B. 會話

記者訪問一位路人有關她的家庭生活觀念。

記　者：妳好，我是婦女報的記者，妳樂意給我們訪問有關妳家庭生活的幾個問題嗎？

受訪者：呃，妳想問關於什麼樣的問題啊？

記　者：主要是支出習慣以及夫妻對於私房錢的觀念。

受訪者：呃，這樣啊。我會努力回答妳的問題。

記　者：謝謝妳，請問妳已經結婚了沒有？

受訪者：我已經結婚三年了。

記　者：那麼你們都有工作嗎？

受訪者：是的，我們都在一家私人公司工作。

記　者：那在妳家中誰是掌管或管理支出的人？

受訪者：主要是由我管理。

記　者：妳認為妳的丈夫有私房錢嗎？

受訪者：呃，這件事我並不確定，不過我每天都給他零用錢。

記　者：如果他有私房錢妳會怎麼想？

受訪者：呃，我也不知道，但是如果他的私房錢是一筆小錢就應該也沒有關係，他可以買一些他需要的而不必跟我報告。

記　者：妳認為男人有私房錢就容易學壞嗎？

受訪者：我認為如果只是一筆小錢就不至於怎樣。他也應該在支出方面有點自由啊！

記　者：是，謝謝妳的答覆。

受訪者：不客氣。再見。

第三課

A. 課文

學習

　　在 Hieuhoc.com 網站中有一篇作者叫 Nghi Quân（儀君）的，她談起人們學習之文章。文章提及：「學習其實對人們有非常重要的意義。透過學習我們再造自己。經過學習我們可以做一些我們從未能做到的事情。透過學習我們重新發現世界，及世界與我們的關係。透過

學習我們擴大創造能力，成為生命中之生活進程的一部分。」

不過文章也提及快速學習能力，這也是一個很重要的技能，來幫助人們跟上世界的速度，以及可以快速適應周圍環境的新變化。

文章還表示：*我們每個人心中都有一種對學習的強烈渴望，那才是攻無不克的競爭優勢：*「*比對手有較快速學會（某樣東西）的能力*」。

作者認為有快速的學習能力還不夠，因為世界正快速改變以致連可以很快學會的人也很難跟上。因此，要懂得選擇學習，我們要避免浪費時間來學習某些不符合自己的東西。學習的世界廣闊無邊，需要學習之新事物的量是非常大、越來越多，選擇哪一些東西學習變得越來越困難。所以，懂得選擇哪些東西來學習是非常重要的助力，因為它節省我們的時間。不只如此，選擇學習什麼對我們的整體生涯會有深遠的影響。

作者強調，我們必須掌握的重要條件是：選擇符合自己的東西學習，以及用快速的方式學習它們，以便具備應付新議題的本領和有效率地運用理論的能力。如果能做到這件事，我們才能準備好以我們的方式來面對現代生活中的任何問題。

B. 會話

兩位同學討論關於學習方面的選擇。

同學1：你準備報考哪所大學？

同學2：我還不知道會報考哪間學校，因為我還在想念什麼會適合我自己。

同學1：哦，大學考試時間已接近而你還不知道念什麼適合你啊？

同學2：對，但是我不急著決定啦！因為我想選擇適合自己念才有意義並且不會浪費時間（的大學）。

同學1：以前你不是很想要報考醫學系嗎？

同學2：沒錯！以前我打算報考醫學系，但是那只是我爸爸媽媽的期望而已！

同學1：原來如此！

同學2：我想我需要深思熟慮，因為如果選擇不符合自己的，會念得效果不好，搞不好還會影響我以後的未來。

同學1：那你覺得你適合念什麼？

同學2：妳也知道喔！我很喜歡文學，我想念跟文學有關的可能會較適合我。

同學 1： 嗯！我也覺得你的文筆很好，我也支持你的想法。

同學 2： 那麼，妳會報考哪間學校？

同學 1： 我會報考農林大學農林系。

同學 2： 那麼妳爸爸媽媽有什麼意見嗎？

同學 1： 沒有，爸爸媽媽完全支持我所有的決定。

同學 2： 妳真的好幸運！

同學 1： 我想你也是這樣啦！只要你想辦法說服爸爸媽媽就行了。

同學 2： 我會盡力看看。

第四課

A. 課文

在工作試用期如何掌握工作機會

　　職業專家常勸說：「對於正在工作試用期的人，如果想要被正式錄取，在工作試用期需要注意一些事情如下：工作表現如同已被正式錄取、完美達成工作的要求、想辦法了解公司的事務、與上司建立好關係、與同事關係融洽、展現專業。」

　　不過，專家們也提及：「你也不應該給自己太大的壓力，例如要自己比別人做 5 至 10 倍多的工作，也許你能『度過』試用期，但是之後卻會精疲力竭了。」他們還說：「以如期完成任務來平衡自己，以及只答應一些自己可以執行的事。你要自信地展現自己的能力而不自滿、自高。上司一定會看見你適合公司之處。」

　　除了以上的問題，了解關於公司的事務也是一件必要之一的事。對公司的認知將會幫助你判斷自己是否真正符合這個環境。許多員工必須在工作試用期結束之前就辭職，因為覺得無法適應工作或上司。因此要努力與你直屬上司建立一個親切及專業的關係，同時與同事發展親切、積極的關係。當與他們打招呼問候、談話時要開朗、謙虛。

　　專家們還強調：「試用員工不一定要犯『正式的錯誤』才會被辭退。一些簡單的理由如：上班遲到、中午用餐休息時間過長、穿著隨便、經常打電話請病假等……也可能使你丟失自己的機會。因此，用專業與積極的態度來表現自己，別給徵才者有理由開除你。」

B. 會話

應徵工作者在面試。

面試者：你好，你知道你在應徵什麼性質的工作嗎？

應徵者：是。您好，我得知公司正需要一個有經驗的業務員。

面試者：你能否簡介關於你現有的能力嗎？

應徵者：是，除了大學文憑，目前我有英語 C 級檢定、日語及華語 B 級檢定。我還有辦公室
　　　　電腦使用技能之文憑。

面試者：你曾經在哪些公司工作？

應徵者：我曾經在誠信貿易公司，目前在梅和進出口公司上班。

面試者：你對這各個領域的經驗如何？

應徵者：可以說我對國際買賣合約談判非常熟悉。

面試者：你會介意如果要去外地出差嗎？

應徵者：以前我常外地出差，所以我也習慣了啊！

面試者：你是否有能力在緊張、壓力的環境下工作呢？

應徵者：每個工作都有不同的緊張與壓力，我想我已經準備好了。

面試者：你對薪資標準有何要求嗎？

應徵者：我希望獲得符合自己能力的薪資。

面試者：你正在相當大的公司工作，為何又想換工作呢？

應徵者：因為我認為我的能力更適合我們公司的工作。

面試者：謝謝你的答覆。我們將會在下週回覆你的面試結果。

應徵者：謝謝您！再見。

第五課

A. 課文

電視歌唱比賽

　　在 http://vn.news.yahoo.com 網頁有一篇由平明（Bình Minh）記者評論的關於目前電
視台舉辦電視歌唱比賽節目的文章。文章提及：**電視歌唱比賽**從 1991 年開始舉辦，但直到
2006 年**電視歌唱比賽**才被 Super Star 節目劇本取代（一種實況轉播方式），接著幾年後許

多實況轉播節目如《Vietnam Idol》、《音樂之家》、《競賽合唱》、《越南歌喉》紛紛出現。

　　作者還強調，除了娛樂效果十足外，大部分的比賽表現都有些「偏差」，偏重商業化，少注重越南的音樂元素。其中最值得一提的是，各場比賽缺少傳統歌曲、帶有民歌音律的歌曲。

　　實際上，輿論對比賽所選出的「明星」、「偶像」們有不少埋怨，因為很多人唱歌也算「普通」，通常得到以上的名號後，他們很快就會在市場上消失。換言之，國外的節目劇本未必適合越南市場現況，因此它變成一種「脫節」的現象。

　　面對國外的歌曲正在各比賽中氾濫的趨勢，《2012 年電視歌唱比賽》則對國外音樂「說不」，它對許多人來說就像是一記當頭棒喝，同時也是一種展現並促進越南音樂發展的方式。

　　一般實況轉播、向國外購買的劇本都有給觀眾最大的授權，讓他們來決定「明星」、「偶像」的趨勢，近幾年《電視歌唱比賽》則相反。第一名是由評審團針對選手的個別歌曲評分，觀眾只針對另外表演的歌曲來評選最受歡迎的選手，而這只是節目的附加獎項。

　　近幾年《電視歌唱比賽》中，另一個新的改變則是評審團，如目前由較年輕、具有專業及威望的歌手、音樂家（傑出藝人清藍、傑出藝人清翠、越英、劉天香音樂家）來擔任。

　　從《2012 年電視歌唱比賽》節目，敢「跳脫」市場元素來建立「越南民族色彩」，正是一件非常值得鼓勵的事。

B. 會話

記者訪問一位《電視歌唱比賽》參賽者。

記　者：你可以讓我們知道今天的比賽，你表現得怎麼樣嗎？

參賽者：是，我覺得比起上次比賽，我較有自信。

記　者：那麼評審團對你的表演有什麼樣的評語？

參賽者：這一次比賽，評審團對我的表演有較高的評價。

記　者：你可以就他們對你的評價多說明一點嗎？

參賽者：評審團認為我不但掌握好歌曲的節奏，在表演歌曲的同時，還懂得在對的時候放入情感。

記　者：這一次你選越南民歌的歌曲參加比賽。你可以讓我們知道為什麼嗎？

參賽者：我覺得對越南民歌的歌曲我較有自信，情感的演繹較好。

記　者：為了準備這一次比賽你如何練習呢？

參賽者：我已經花超過兩個月準備和練習。

記　者：那麼，家人有支持你參加這次比賽嗎？

參賽者：一開始媽媽不但不同意我參加，還禁止我看電視，因為怕影響我的學業。

記　者：那麼你做了什麼說服媽媽？

參賽者：由於媽媽對我的學業感到不放心，所以我努力在練習歌曲之前做好學校的功課。

記　者：那麼今天媽媽有來看你表演嗎？

參賽者：是，沒有。雖然媽媽不能來看我表演，但是媽媽說她完全支持我。

記　者：恭喜你今天的比賽獲得好成績！

參賽者：謝謝妳！

第六課

A. 課文

憂鬱症的徵兆

　　潘美幸醫生在《年青報》之「憂鬱症的徵兆」文章中，已談及關於現代疾病的原因和症狀，也就是憂鬱症。同時透過文章，潘醫生也對有傾向罹患此病症的人提出一些忠告。

　　憂鬱症今日常見於到各綜合診所檢查的病人之中。憂鬱症發生在各年齡層，從小朋友到老人，不過中年女病患占最多數。

　　以下是憂鬱症的一些症狀：

1. 因健康、家庭、工作、財務等狀況難過……

2. 灰心、不再對日常喜好的娛樂有興趣，甚至是夫妻關係

3. 疲累、覺得每天的工作變成繁重，比平常要更加倍努力工作

4. 當不能照料家庭時感到有罪惡感，或覺得自己是家庭的負擔

5. 食不知味（或吃過多）

6. 體重增加或減少

7. 憂慮過度

8. 記憶衰退、健忘、思考不集中

9. 身體不好（胸悶、頭痛、消化系統不良）

10. 睡眠不好（或睡太多）

11. 有自殺的傾向或行為

　　當有以上所有症狀，你一定要馬上看一位精神科醫生。如果長時間只遇到其中任何一個症狀，你也應該要及時獲得諮商。

　　經過一些調查，人們發現有一些女性不會經歷過憂鬱，是因為生活太忙碌了。她們總是與朋友聚會，有時候只是閒聊或一起在公園運動，或是經常聽音樂、看電影、看小說、寫文章等。換言之，懂得在每件事中自己尋找快樂，同時過一個不只專注於為家庭「犧牲」的生活，還懂得享受生活的女性很少會有憂鬱症。

　　應把憂鬱症當成一種疾病，像任何其他的疾病，要得到治療以及適時追蹤。憂鬱症和焦慮症可以治療或好轉，如果我們都知道要像其他疾病一樣關注及治療。

B. 會話

醫生跟病人對話。

醫生：　妳好，妳覺得哪裡不舒服？

病人：　我最近睡眠不好，常頭痛。

醫生：　這種狀況發生多久了？

病人：　也超過一兩週了。有時候我會覺得胸悶。

醫生：　妳飲食正常嗎？

病人：　我總是覺得食不知味。沒什麼東西讓我想吃。

醫生：　有什麼問題使妳憂慮嗎？

病人：　呃，很多。家裡的事啊！

醫生：　妳有跟家人分擔妳憂慮的問題嗎？

病人： 我想沒人瞭解我。

醫生： 憂慮過度也會使健康狀況下降。

病人： 因為我也不想給家人帶來更多負擔。

醫生： 沒有任何人能夠像妳的親朋好友一樣關心妳的。

病人： 那我要怎麼辦？

醫生： 我會開藥單給妳，除了吃藥以外，妳應該與家人分擔妳的狀況、妳的憂慮。他們可以幫妳一起度過。

病人： 謝謝醫生。我會努力照您的指示去做。

第七課

A. 課文

傳統服裝──越南長衫

據說越南傳統長衫（áo dài）早在十七世紀時已存在，並隨著不同時期發展成不同的樣式，但是整體而言，一直以來越南傳統長衫為一件長至膝部、中式立領、叉肩長袖（袖子順著手臂斜接衣身）以及開衩至腰間、腰圍束緊合身的樣式呈現。與越南長衫搭配的寬管長褲，叫做長褲（quần dài）。

越南長衫常用較柔軟、輕薄的布料來縫製。以前人家常以絲綢來製作長衫，現今紡織工業發達，越南長衫擁有更多樣、豐富的縫製材料可以選擇。

今日，處處我們都看得到長衫輕盈衣襟之身影：校園裡女生的制服、講台上專給女老師的長衫，除此之外長衫還出現在公司行號裡員工的制服、在商店、飛機上、甚至在街上。長衫也是很多男女青年情侶婚禮上不可缺席的服裝。

有很多描述越南長衫之美的文句出現在許多藝術家的詩歌、書畫或攝影的創作中。「*越南長衫莊重但是性感*」，這簡短的評價已足夠正確說出長衫這越南女性傳統服裝之美。

在世界上的其他地方，越南人總是在各大會、儀式、或莊嚴的宴會上對傳統長衫感到驕傲。而長衫總使越南女性擁有一種來自自我的「莊重」和「性感」的奇妙吸引力。

B. 會話

越南朋友在與台灣朋友分享越南人的穿著方式。

台灣朋友： 我去越南旅遊的時候，很喜歡觀賞街道上穿白長衫的女孩們。

越南朋友： 呃，她們是高中女生呀！

台灣朋友： 高中女生穿白長衫好美。不過為什麼選白色呢？

越南朋友： 因為白色象徵少女的純白、純潔。

台灣朋友： 這樣啊！一開始我一直以為白長衫是越南國服。

越南朋友： 你說的沒有錯，長衫是越南服裝的象徵，但是不一定是白色。白色是專屬學生制服的顏色。

台灣朋友： 我認為長衫使越南少女看起來很典雅。

越南朋友： 是，越南婦女常在莊重的宴會裡穿長衫，如：婚宴，或接待外賓的禮儀中。

台灣朋友： 那麼平日越南人有穿長衫去工作或去玩嗎？

越南朋友： 有，但是大部分長衫只在辦公處穿，不適合藍領工作。有時在過年的時候，一些姊妹們也常穿長衫逛街。

台灣朋友： 那麼長衫只專屬女性而已嗎？

越南朋友： 不是，也有給男性的長衫。今日男性較喜歡穿西裝褲和襯衫。不過在婚禮上也有很多新郎穿長衫。

台灣朋友： 妳喜歡穿長衫嗎？

越南朋友： 很喜歡。我只在特別的場合穿長衫。

台灣朋友： 如果有機會妳穿給我看吧！

越南朋友： 我認為你穿長衫也會很漂亮。

台灣朋友： 哦，一定很有趣喔！

第八課

A. 課文

探索西貢的另一個角落

在年輕報之〈探索西貢的另一個角落〉報導中，記者進達（*Tiến Đạt*）介紹了就在西貢市內一些相當特別，可能不少人已經知道的旅遊景點。

　　西貢人週末時常往胡志明市鄰近省分去尋找休閒活動，而想不到就在西貢市內就可以經歷一趟有趣的旅遊。遊歷河道、參觀農場、畫展、品嚐在生態農場裡所種植、養殖的菜餚等，可以說是一個充滿意想不到的小小探索。

　　其實以連結鄰近地區流域和東海為特色的西貢河道旅遊，十年前就有了。短程路線從白騰（Bạch Đằng）去青多（Thanh Đa）、芽皮（Nhà Bè），中程路線從白騰（Bạch Đằng）去芹蒢（Cần Giờ）、古芝（Củ Chi）、同奈（Đồng Nai）、平陽（Bình Dương），遠程路線從胡志明市（TP.HCM）去各西南部的省分，以及更遠的話就沿著高速公路從胡志明市過金邊（Phnom Penh），然後渡湖海到柬埔寨暹粒（Siem Reap）。

　　龍老闆的龍福生態農場有著鄉村質樸感十足的色彩和空間。這一區面積約四公頃，位於水量寬闊無際之西貢、同奈雙河交會處。以帶遊客回到越南原始的農園空間之方針，在四公頃大的面積，場主種植各種果樹、數十種蔬菜，並挖湖養殖各種魚蝦。遊客來到這裡可以成為真正的農民，捲起褲管為一餐平民但可口的飲食去割菜、抓魚回來，在紅炭火上烤煮、烹調。

　　遊客也可以帶著釣竿去河邊釣魚、和漁民一起撒網，因為這裡是西貢和同奈河流域有最多新鮮、好吃的魚蝦之河段。以才子彈琴唱歌（沒有用麥克風清唱），以賞心悅目的水果擺盤方式迎接從汽艇下來的遊客，這也是農場主人對旅遊經營的「平民」、「永續」理念的可愛亮點。

　　畫家村位於第二郡盛美利坊之地區的河邊，為畫家們自發性所形成，也是專給遊客參觀的有趣河道地點。這是一個集中很多著名畫家的地方。到這裡來，遊客可以參觀以及觀賞著名藝術家的雕刻、油畫、磨漆圖畫、書法等作品。

B. 會話

台灣朋友跟越南朋友分享她的越南旅遊記。

台灣朋友：　妳知道嗎？我好喜歡越南。上一次我去參觀西貢河道旅遊區，到現在我還一直懷念。

越南朋友：　這樣啊！那趟旅遊很有趣啊？

台灣朋友：　是，那是一趟又有趣又有意義的旅程。

越南朋友：　我沒想到妳那麼喜歡西貢。

台灣朋友：　當我到西貢河邊的農場，我真正享受了放鬆的休閒時光，覺得自己變得好自在。

越南朋友：　是，因為在那裡妳可以嘗試一些鄉村質樸的休閒活動。

台灣朋友：　我最喜歡是可以自己抓魚、割菜以及烹調各種菜餚。

越南朋友：　可以自己烹煮真的很有趣！

台灣朋友：　我也覺得越南的水果種類又好吃又甜。

越南朋友：　這樣啊！台灣的水果也很好吃，很甜。

台灣朋友：　呃，有很多種水果我只在越南看過而已。我也很喜歡一邊吃水果一邊看人家唱越南民歌。

越南朋友：　那是一種越南南部民眾在日常生活中常唱來娛樂的才子彈琴唱歌。

台灣朋友：　這樣啊！上一次我還有機會參觀畫家村喔！

越南朋友：　妳喜歡越南的磨漆圖畫嗎？

台灣朋友：　哦，越南磨漆圖畫很特別，我想要做的話會很花工夫。

越南朋友：　是，以前磨漆圖畫常以碎碟製作，現在人們還用很多新的原物料來製畫。

台灣朋友：　哦，真是好厲害！如果有機會我想再次去越南玩。

越南朋友：　我介紹一些其他地方給妳參觀！

台灣朋友：　那太好了！

第九課

A. 課文

容易破碎的婚姻模式

　　胡志明市婦女報有篇文章提及，中國的婚姻家庭專家已指出八種容易破碎的婚姻模式，以下為被提到容易破碎的婚姻模式：

1. **太浪漫、不實際的婚姻**：這是一種以很高的標準，來要求非常浪漫的感情生活之婚姻模式。總是希望永遠像剛結婚一樣維持著融合的相處及甜蜜的互動，擁有色彩繽紛、深情眷戀永不褪色的浪漫愛情。這些期望太高、不實際。一旦家庭生活沒有達到自己的期望，雙方容易產生矛盾；甚至導致婚姻中一些嚴重的問題。

2. **太依賴父母的婚姻**：對於太依賴父母的夫妻，當家庭生活中產生了任何問題，會不跟自己的另一半尋找討論解決的方式，而一直等待父母的意見或幫助。這些夫妻必須了解自己的未來將會永遠與另一半緊密相連，要將另一半視為最親的人以及最信賴的依靠。否則一個隨時都需要外界幫助的婚姻模式很容易破碎。

3. **要求絕對完美的婚姻**：雙方都強迫另一半要達到自己的最高標準。這種婚姻很容易受創傷，原因是因為要求過高、不實際。漸漸，夫妻的感情關係儘管多好也難以長久維持。

4. **節儉的婚姻**：儘管家庭的經濟條件屬於小康，但是隨時有一方（或雙方）都過於節省，因為擔心隨時會貧乏而不給另一半任何享受或樂趣，甚至剝奪自己和家庭生活中最基本的需求。在妻子（丈夫）的心中，隨時都憂心忡忡，而使自己無法了解另一半的精神和情感生活。

5. **疾病纏身與擔憂之婚姻**：這種狀況常發生在女性身上，由於太害怕自己會罹患各種疾病，因而成天憂傷、唉聲嘆氣。有時候妻子也想要利用這件事來吸引另一半的注意與關照。這種事情若延長會讓丈夫感到疲累與厭煩。

6. **吹毛求疵的婚姻**：經常對另一半挑剔、挖苦，經常在大家面前嫌棄另一半的想法和行為。你認為如此是因為愛他，但是其實會讓另一半無法忍受而早早說再見。

7. **包辦的婚姻**：任何大小事都是自己一人籌劃，不需要另一方的協助。這就是家庭中爆發衝突的火種。一直太過於操心另一半，如另一方無法做什麼來回饋自己的關心就會感到不公平，久而久之會產生夫妻關係間的矛盾。

8. **為事業忙碌的婚姻**：有一些人隨時都忙得不可開交，工作不休息，沒有過年過節。這讓另一半覺得共同的生活真的很乏味、毫無意思。這樣的人如果沒有克服自己，懂得多花點時間給家庭，儘管功名、事業之路有所成功，也很容易使婚姻關係受到創傷。

B. 會話

記者在訪問一位事業成功的女性。

記　　者：您是一名在過去多年來被視為最成功的企業家。您可以讓我們知道您如何維持自己的成功嗎？

女企業家：其實我認為我的成功大部分是因為家庭的支持。

記　　者：真的是這樣嗎？

女企業家：是的，我有一個非常疼惜和支持我一切的丈夫。

記　　者：人家説，一位成功的男性他的背後總有一個幫助他的女性。那您的意思，也認為您的成功是因為有丈夫的後盾支持。

女企業家：可以這麼説。我們總是互相分享彼此的工作，最重要的是我們總是視我們的感情關係比工作重要。

記　　者：您可以針對此事舉個例子嗎？

女企業家：不管我多忙碌，我們每一週末都會留時間一起用晚餐，聊一聊生活、工作。我們彼此沒有什麼隱瞞。

記　　者：您非常重視夫妻的感情？

女企業家：沒錯，我們把夫婦的感情放在一切之上。當他需要我時，我總是會放下所有工作去幫他，當我需要他的時候，他也會馬上出現。

記　　者：這也是擁有幸福婚姻的祕訣是嗎？

女企業家：是，我認為一個想要事業有成的人，首先他要有個幸福的婚姻，而要有幸福婚姻，雙方要懂得為彼此而活。

記　　者：是。

女企業家：我們不只互相尊重與疼惜，還有互相視彼此如自己無法缺少的部分。

記　　者：在事業和家庭間，如果讓您選擇，您會選哪一個？

女企業家：為什麼要這樣做選擇呢？因為對我一個女性來説，我想我較需要幸福的家庭，而幸福家庭能幫我成功，那為何不兩者都要呢？

記　　者：那您想説家庭幸福已帶來給您事業的成功？

女企業家：是，完全就是這樣。

記　　者：謝謝您，您説得太好了！祝您永遠幸福和成功。

第十課

A. 課文

自雄王祭祀信仰論越南人之文化本色

　　作者 Nguyên Thảo 於「社會 - 生活專欄」談及雄王祭祀信仰，文中指出：雄王祭祀信仰是個相當悠久的儀式並已成為越南民族的文化特色之一。越南人不管身處何處，總是對祖先和自己民族之根懷著虔誠感恩之心。由於此緣故，雄王祭祀信仰在過去和現在均有著強烈的延展力，成為「同胞」₁的黏著劑、凝聚力。每逢農曆三月，人潮湧現雄王殿（雄王陵）朝聖廟會祭祀活動。大家前往雄王殿朝聖的目的不僅是要祈求一年的安樂、風調雨順，還要向歷代雄王開國之功，獻上深深的感恩之心和推崇。雄王祭祀信仰因此成為越南民族之文化特色，而並非一個單純的信仰活動。

　　目前，越南全境共有 1417 個雄王祭祀以及雄王時代相關人物之遺址。自從開國、建國以及保國的數千年歷史以來，雄王祭祀活動在雄王殿座落的富壽省地區以及全國已成為越南民族民間信仰的特徵，其信仰已滲透到每一個越南人的「貉鴻」₂血液裡，深深感受到彼此均來自龍王與嫗姬百卵結晶典故的「同胞」一詞之義。

　　自古以來，在越南人民的心靈深處，雄王對越南民族最初的文郎國有開國之功，雄王就是越南人共同的始祖，因此雄王祭祀信仰對各世代越南人的情感和心靈有著崇高的地位，雄王祭祀信仰對他們來說既神聖、具體、又是精神依靠，因而產生民族大團結的力量。胡志明國父因此立下民族時代的真理名言：「雄王朝歷代有開國之功，我們彼此應共同努力建國、保國」。

註 1：請查看維基百科「百蛋袋」的說明。

註 2：「貉鴻」象徵越南人的始祖。

B. 會話

臺灣朋友跟越南朋友談起越南祭拜雄王的節慶。

臺灣朋友：　上一週我去越南的時候，我的朋友曾帶我去雄王廟朝聖。

越南朋友：　這樣嗎？你覺得雄王節怎麼樣？

臺灣朋友： 雄王節舉辦得非常隆重。

越南朋友： 每年一到農曆三月，越南人民就會開始祭拜雄王。

臺灣朋友： 雄王節是否只在富壽省舉辦呢？

越南朋友： 喔，不是。這是全國性的節慶。大家都得以放假。

臺灣朋友： 難怪有那麼多人去拜拜。

越南朋友： 越南人民把雄王視為其建國的祖先。雄王祭祀信仰在我們心靈及情感生活中占有
　　　　　一席之地。

臺灣朋友： 這也是越南的文化特色對嗎？

越南朋友： 你說對了。我們祭拜雄王不只體現對祖先感恩之心，還有推崇各雄王建國的功
　　　　　勞。

臺灣朋友： 我認為這真的是一個很有意義的節慶。我曾經聽說關於貉龍君和嫗姬的傳說。

越南朋友： 是，雄王是貉龍君和嫗姬的一百個孩子之一。

臺灣朋友： 因此越南人相信他們是龍的子孫，對嗎？

越南朋友： 是，我們是貉鴻的子孫。我們以此為傲。

第十一課

A. 課文

六月四日正式開賣 Spring Home 案子

在越南民智論壇──民智網頁上刊登了一篇介紹關於隸屬於 Spring Home 案的房屋開賣服務，內容如下：

Spring Home 座落在黎仲晉路 326 號（河內），Spring Home 大樓被建設在一塊近三千平方公尺的土地上，是一個設計著重生活空間與區域景觀協調的建築工程組合。

Spring Home 高十二層加一層延伸出去的景觀層（未計地下室），其中，一樓是商業服務區域，從二樓至十二樓是住宅區。大樓有一層地下室，保障大樓住戶有足夠的停車位。

匯集了許多優勢：黃金地段、漂亮的設計、豐富寬敞的住宅面積，位於現代、安全、寧靜的地區。Spring Home 是一個理想的生活與工作環境。本案由國防部 36 總公司投資，一

個剛獲得國家主席頒贈勞動英雄名號的單位。這也是一個在營造業有很多經驗和信用的單位，已完成或正在施工之大型工程如：內牌國際機場的 T1 航空站工程、國防部五星級飯店、各黨部的辦公室、講武街 B6、B7 大樓、軍隊歌劇院工程、河內稅務局的辦公室、國防部會館工程、中部北區綜合醫院等。Spring Home 超越一般營造工程，Spring Home 的投資者更期望帶給客戶溫暖、幸福、春天般的住家。

靈感源自甜美新鮮的春天色彩，Spring Home 用代表生命力、愛與幸福的綠色，表現了親密、溫馨的建築風格。花園系統穿插布置圍繞著大樓，帶給住戶一種平安與清新的氣氛。

為達到讓客戶最滿意的目標，不只有合理的設計，Spring Home 還有完善的高品質設施：高級工業木質地板、天然木材的大門、表面油漆、衛生設備、電器設備材料等都選擇有信用的品牌如 Jonton、Sino、Ariston、Inax，並採用平定省花崗石。Spring Home 設計三部高速電梯，保障住戶在大樓中有最迅速及便利的交通。

B. 會話

兩位朋友分享買屋經驗。

朋友 1：我想換新屋，但是還沒找到適合的地方。

朋友 2：這樣啊？妳家現在在很好的地點啊！

朋友 1：誰不知道我家地點很好，但是我孩子長大了需要有面積大點的房子。

朋友 2：妳是否想要換有三個臥房的房子呢？

朋友 1：是啊，我家目前只有兩間房間、飯廳、客廳而已。

朋友 2：啊，在我家附近有一棟正在蓋的大樓。妳可以到那兒看一看，說不定能選到一間適合的。

朋友 1：哇，妳的住宅區價格很高啊，我怎麼能買得起。

朋友 2：沒有啦！現在我們的住宅區房價平穩，沒像妳所想的那麼貴啦！

朋友 1：妳說真的嗎？賣屋銷售員總是這麼說，但是去看房的時候價格則總是很高。

朋友 2：妳相信我吧！前天我先生曾到那住宅區參觀了，他說很理想。

朋友 1：妳先生也想要再買房子嗎？

朋友 2：啊，他喜歡投資房子嘛！他只喜歡投資房子而已。

朋友 1：那麼拜託他帶我去看吧！

朋友 2： 好啦，我會跟他説要打電話約時間帶妳去看。

朋友 1： 那太好了！非常謝謝妳！

第十二課

A. 課文

越南代表隊在東南亞運動會目標將贏得多少枚金牌？哪一項運動項目是強項？

在 24h.com.vn 的網頁的報導中，參加 2019 年東南亞運動會越南代表隊隊長陳德奮先生透露其團隊的目標。

2019 年 10 月 22 日傍晚在河內，已舉行贊助越南代表隊參與 2019 年東南亞運動會的廠商公布記者會。透過記者會得知，越南隊已獲得一家飲料商的鉅額贊助。

最值得關注的是贊助廠商所透露的訊息，他們將會保留一筆約 15 億越南盾的獎金給在菲律賓獲得金牌的越南運動員。

同時記者會上，體育總局之副總局長兼 2019 年東南亞運動會越南代表隊隊長陳德奮先生，透露值得關注的相關準備工作，以及團隊目標等訊息。

依據記者會所公布，越南代表隊目標是進入（國家排名）前三名，並清楚知道為了完成此任務，各項運動選手至少須獲得大約 65 枚金牌（實際上，代表團隊的目標約在 70 至 72 枚金牌）。

這是不容易達成的成績，因為陳德奮先生表示，許多越南代表隊的強項運動已被取消：「以主辦國的打算，菲律賓目標應該在奪取第一名。同時，泰國代表隊是本區域體育發展名列前茅的國家。他們已贏得了許多洲際以及世界比賽的成績」。

「越南代表隊與印尼、馬來西亞和新加坡的代表隊這些也擁有許多奧運強項運動的國家，則會互相競爭剩下的位置。」

代表參加東南亞運動會的越南代表隊隊長再表示，可以帶給越南代表隊好成績的各項強項運動應是游泳、田徑、體操以及各項武術。除此之外，今年大會也恢復摔角項目，這將是越南選手的機會。

　　在 2017 年東南亞運動會，越南代表隊已獲得 58 枚金牌，排行第三（根據維基百科資料），排在擁有 57 枚金牌的新加坡隊之前，在主辦國馬來西亞及泰國隊之後。

B. 會話

兩位朋友 Nam（南）和 Hương（香）正在討論東南亞運動會。

Nam：　　妳常收看東南亞運動會嗎？

Hương：有啊！我最喜歡看各項體操運動比賽。

Nam：　　是，體操是我們國手較有優勢的項目。

Hương：除此之外，擊劍也是我男朋友最喜歡看的一項。

Nam：　　我也喜歡這一項，但是聽說今年這兩項都在比賽中被去掉了。

Hương：這樣嗎？那是我們國家隊很強的兩項耶！

Nam：　　是啊。儘管已被去掉幾個強項，但是其他項目我們也不差。

Hương：但是沒有這兩項我們至少會失去十面獎牌啊！

Nam：　　儘管如此，我仍相信我們自家隊伍會擠進前幾名。

Hương：你那麼有信心啊！我覺得有點失望，因為沒有我喜歡的項目。

Nam：　　妳要觀賞，以鼓勵我們自家隊伍以及我們的運動員啊！

Hương：我只是有點失望而已，並不是不看。

Nam：　　呃，連我和雄都想買機票坐飛機去看比賽啊！

Hương：真的嗎？你們可以請假嗎？

Nam：　　不是，我們只是想而已，我們不能請假。

Hương：原來如此！哇，看電視直播也可以嘛！

Nam：　　是啊，只好這樣了啊！

練習、測驗參考答案

第一課

D. Bài luyện tập 練習

1. 請看圖並以「**hay (hay là)** 或 **hoặc (hoặc là)**」來完成句子。

1.1 cơm hay là mì tôm

1.2 người Nhật bản hay là người Hàn Quốc

1.3 cà phê hoặc là trà

1.4 tiếng Việt hay là tiếng Nhật

1.5 gọi điện thoại hoặc là email

2. 選擇正確答案並完成句子。

2.1 d

2.2 b

2.3 b

2.4 c

2.5 a

3. 重組下列句子。

3.1 Anh ấy thích nhất là phở bò.

3.2 Chị ấy là người đẹp nhất ở đây.

3.3 Hôm nay là ngày bận rộn nhất.

3.4 Ông ấy thích xem phim nhất.

3.5 Mì tôm là món ăn tiện lợi nhất.

4. 請看圖及所提示的語詞，並以「**nếu... thì**」的組合來完成句子。

4.1 Nếu trời mưa thì chị ấy ở nhà xem ti vi.

4.2 Nếu không có thời gian thì anh ấy sẽ ăn mì ăn liền.

4.3 Nếu có tiền bà ấy sẽ mua nhà ở Đài Bắc.

4.4 Nếu uống rượu thì ông ấy sẽ không lái xe.

4.5 Nếu thức dậy sớm thì ba sẽ đi bộ đến công ty.

5. 請用「...nếu...」結構來完成下列句子。

5.1 Mẹ sẽ đi ra ngoài ăn cơm <u>nếu có hẹn với bạn bè</u>.

5.2 Anh ấy phải thức khuya <u>chờ chị ấy về nếu chị ấy tăng ca</u>.

5.3 Chuyên gia cho rằng chúng ta sẽ có sức khỏe tốt <u>nếu mỗi ngày chúng ta đều chú ý ăn uống điều độ</u>.

5.4 Ông Nam phải đến bệnh viện tái khám <u>nếu cảm thấy không khỏe</u>.

5.5 Phải cho trẻ em ăn những thức ăn dinh dưỡng <u>nếu muốn trẻ phát triển tốt</u>.

E. Bài trắc nghiệm 測驗

音檔內容

Xin chào các bạn!

Ở đây hiện đang có một số sản phẩm mì ăn liền, hẳn các bạn cũng thấy đấy, có nhiều nhãn hiệu khác nhau. Cho dù bạn chưa bao giờ ăn mì ăn liền hoặc là bạn thường xuyên ăn, thì chắc bạn cũng biết.Với một gói mì ăn liền, chỉ trong ba phút bạn sẽ có ngay một tô mì nóng hổi thơm ngon, khi bạn phải làm việc bận rộn và không có thời gian thì một tô mì ăn liền sẽ là bữa ăn tiện lợi và nhanh chóng nhất.

Tuy nhiên theo Viện Dinh dưỡng quốc gia cho biết thì trong thành phần mì ăn liền thiếu đạm động vật và vitamin từ rau quả, mất cân bằng về giá trị dinh dưỡng. Nếu ăn nhiều mì ăn liền thay thế bữa ăn hàng ngày thì sẽ dẫn đến thiếu máu, chậm phát triển, suy dinh dưỡng, thiếu vitamin, trong khi nguy cơ béo phì cũng tăng hơn.

Vì vậy cho dù bạn là một người bận rộn như thế nào thì cũng nên dành chút thời gian để mà dùng một bữa cơm có đủ thành phần dinh dưỡng, với những thức ăn như vậy mới có thể mang lại cho bạn một sức khỏe tốt.

1. 是非題：請仔細聆聽並回答問題。

1.1 是

1.2 是

1.3 否

1.4 否

1.5 是

1.6 是

2. 填充題：請仔細聆聽並完成以下的句子。

2.1 nhanh chóng

2.2 trong thành phần

2.3 một bữa cơm

2.4 mì ăn liền

2.5 trong ba phút

第二課

D. Bài luyện tập　練習

1. 請看圖並來完成句子。

1.1 muốn khóc

1.2 ăn cơm

1.3 nhức đầu

1.4 ngủ không được

1.5 con gà

2. 選擇正確答案並完成句子。

2.1 c

2.2 a

2.3 d

2.4 c

2.5 b

3. 重組下列句子。

3.1 Anh ấy rất thích để râu.

3.2 Chị ấy dùng khoản tiết kiệm để mua nhà.

3.3 Xin để bà ấy nghỉ ngơi.

3.4 Ông ấy để một ly cà phê ở trên bàn.

3.5 Họ đưa ra ý kiến để thảo luận.

4. 請用「**trừ phi**」來修飾以下的句子。

4.1 Anh ấy hiếm khi về nhà ăn cơm trừ phi mẹ anh ấy yêu cầu.

4.2 Chị ấy không bao giờ chủ động thảo luận trừ phi anh ấy đề nghị.

4.3 Bà ấy không bao giờ cười trừ phi con trai bà ấy đến.

4.4 Ông ấy sẽ không kết hôn trừ phi kết hôn với bà ấy.

4.5 Ba sẽ không đi làm việc xa nhà trừ phi mẹ đồng ý.

5. 請用「**trừ phi**」或「**đến nỗi**」來修飾以下的句子。

5.1 Ông Nam cảm thấy gia đình quan trọng đến nỗi luôn hy sinh cho gia đình.

5.2 Bà Lan không muốn con trai kết hôn sớm trừ phi anh ấy đã có sự nghiệp.

5.3 Anh Hùng quyết định lấy vợ vào năm 30 tuổi trừ phi lúc đó anh ấy vẫn chưa tìm được người thích hợp.

5.4 Em Mai đi làm xa nên nhớ gia đình đến nỗi ngày nào cũng gọi điện về nhà nói chuyện với mẹ.

5.5 Ba của tôi luôn tôn trọng và làm theo ý kiến của mẹ trừ phi ba cảm thấy không thể làm được.

E. Bài trắc nghiệm　測驗

音檔內容

Xin chào các bạn!

　　Hôn nhân là sự kết nối hai con người lại với nhau thành một gia đình, tuy nhiên ngày nay có rất nhiều người không muốn kết hôn, vì họ cho rằng cuộc sống gia đình quá tù túng đến nỗi họ không có một chút tự do nào cả.

　　Trên thực tế trong cuộc sống gia đình hai vợ chồng thường phải đối diện với rất nhiều vấn đề, các chuyên gia tư vấn thường đề cập nếu vợ chồng thường xuyên thảo luận với nhau về mọi thứ, ví dụ như các khoản chi tiêu hay những vấn đề về con cái ... v.v thì có thể đưa ra những ý kiến chung, và giúp họ giải quyết được vấn đề. Họ còn cho thêm các lời khuyên về việc nên có các khoản riêng cho vợ hoặc chồng để vợ chồng có sự chủ động trong chi dùng và không nên quá căng thẳng với việc các khoản riêng này sẽ làm hư các anh chồng.

　　Vì vậy một cuộc sống hôn nhân vẫn có thể rất vui vẻ và hạnh phúc, nếu chúng ta biết nắm giữ mọi thứ theo những quy tắc hợp lý.

1. 是非題：請仔細聆聽並回答問題。

1.1 是

1.2 否

1.3 是

1.4 否

1.5 否

1.6 是

2. 填充題：請仔細聆聽並完成以下的句子。

2.1 phải đối diện

2.2 Ngày nay

2.3 quá căng thẳng

2.4 quá tù túng

2.5 các lời khuyên

第三課

D. Bài luyện tập 練習

1. 以 **chưa từng** 來修飾下列句子。

1.1 Ông ấy chưa từng đi Vịnh Hạ Long.

1.2 Em ấy chưa từng ăn sầu riêng.

1.3 Bà ấy chưa từng gặp ông ấy.

1.4 Chị ấy chưa từng đọc bài viết của tác giả này.

1.5 Anh ấy chưa từng kết hôn.

2. 請用 **những** 或 **một số** 填充句子。

2.1 những

2.2 một số

2.3 những

2.4 một số

2.5 những

2.6 những

2.7 một số

2.8 những

2.9 những

2.10 một số

3. 重組下列句子。

3.1 Anh ấy chưa từng học tiếng Việt ở Việt Nam.

3.2 Ngay cả chị ấy cũng chưa quyết định.

3.3 Hôm nay chị đã làm việc với những ai?

3.4 Ngay cả sếp cũng tìm cách thuyết phục tôi.

3.5 Ngày mai anh sẽ đi những đâu chơi?

4. 請用 ngay cả... + cũng 或 vẫn 來修飾下列的句子。

4.1 Mẹ tôi rất tiết kiệm, để mẹ vui lòng ngay cả bố cũng tránh lãng phí.

4.2 Ngay cả khi sự nghiệp phát triển rất thuận lợi, anh ấy vẫn rất khiêm tốn.

4.3 Ngay cả khi khao khát có một gia đình, anh ấy vẫn không chủ động lắm.

4.4 Ngay cả những người quan trọng ở đây cũng không thuyết phục được chị ấy.

4.5 Ngay cả năng lực học tập của mình như thế nào, em ấy cũng không rõ lắm.

5. 請以「so với... thì...」的組合來修飾下列句子。

5.1 So với anh ấy thì tôi hạnh phúc hơn nhiều.

5.2 Mẹ cho rằng so với tôi thì chị của tôi tiết kiệm hơn.

5.3 Ở trong công ty so với chúng tôi thì ông ấy có khả năng sáng tạo hơn.

5.4 So với bà ấy thì ông ấy thích nghi với môi trường mới nhanh chóng hơn.

5.5 Mẹ luôn cho rằng so với sự nghiệp của mẹ thì sự nghiệp của ba quan trọng hơn.

E. Bài trắc nghiệm　測驗

音檔內容

Xin chào các bạn!

Bạn đang phân vân không biết nên thi vào trường đại học nào, phải không ? Bạn có lẽ đang cần bạn bè, người thân cho bạn ý kiến. Trước khi bạn quyết định thi vào một trường Đại học nào đó, bạn nên suy nghĩ kỹ rằng khoa mà bạn chọn có thực sự thích hợp với bạn không?

Một người nếu lựa chọn một khoa không thích hợp để học, không những học không có hiệu quả mà còn ảnh hưởng đến tương lai của bạn. Vì vậy khi cần thiết bạn nên trao đổi với người nhà hoặc bạn bè về những suy nghĩ va sự lựa chọn của bạn, để họ có thể giúp bạn.

Nếu trường hợp cha mẹ bạn mong muốn bạn thi vào trường mà bạn không thích thì bạn cũng nên tìm cách thuyết phục họ, để họ hiểu rằng bạn cần học một ngành học mà bạn thích và phù hợp với khả năng của bạn chứ không phải ngành mà cha mẹ bạn mong muốn.

Chọn một ngành học thích hợp sẽ mang lại cho bạn những kiến thức chuyên môn và những khả năng, lợi thế cạnh tranh tốt; tất cả những điều này đều có ích cho sự nghiệp của bạn sau này.Vì vậy bạn cần phải làm một quyết định đúng đắn khi chọn ngành học của bạn. Chúc các bạn may mắn!

1. 是非題：請仔細聆聽並回答問題。

1.1 是

1.2 否

1.3 否

1.4 是

1.5 是

1.6 是

2. 填充題：請仔細聆聽並完成以下的句子。

2.1 ý kiến

2.2 suy nghĩ kỹ

2.3 tìm cách thuyết phục

2.4 sự nghiệp

2.5 phù hợp với khả năng

第四課

D. Bài luyện tập 練習

1. 請用 **không nên** 來修飾下列的句子。

1.1 Chị ấy không nên ăn mặc xuề xòa đi làm.

1.2 Trong thời gian thử việc anh ấy không nên đến trễ.

1.3 Sếp không nên cho anh ấy thôi việc mà không có lý do thích đáng.

1.4 Anh ấy không nên quyết định nghỉ việc vì không thích sếp.

1.5 Ông ấy không nên quá tự mãn.

2. 請用 **được** 或 **bị** 填充句子。

2.1 được

2.2 bị

2.3 bị

2.4 được

2.5 được

3. 重組下列句子。

3.1 Chị hãy gọi điện thoại cho anh ấy nhé!

3.2 Xin chị hãy quyết định việc này sớm nhé!

3.3 Hãy đến đúng giờ và đừng để sếp đợi!

3.4 Xin hãy chú ý sức khỏe, đừng để bị kiệt sức!

3.5 Hãy yêu cầu ông ấy tích cực hơn một chút!

4. 增加 **sự** 來修正以下的句子。

4.1 Sự khiêm tốn của chị ấy khiến đồng nghiệp rất yêu mến.

4.2 Sự hiểu biết về công ty sẽ giúp bạn quyết định mình có thật sự phù hợp với môi trường này hay không.

4.3 Sếp cho rằng sự căng thẳng của chị ấy là do áp lực công việc mà ra.

4.4 Anh cần phải thể hiện sự chuyên nghiệp của mình.

4.5 Sự hòa hợp giữa các đồng nghiệp sẽ làm cho không khí làm việc vui vẻ và hiệu quả hơn.

5. 請看圖及所提示的內容並以「**cần phải / phải**」的組合來完成句子。

5.1 Chị ấy cần phải nghỉ ngơi.

5.2 Anh ấy cần phải xin nghỉ ốm.

5.3 Bà ấy cần phải nấu ăn.

5.4 Ông ấy cần phải tích cực làm việc.

5.5 Ba cần phải gọi điện cho mẹ.

E. Bài trắc nghiệm　測驗

音檔內容

Xin chào các bạn!

Tôi tin rằng khi làm việc ở công ty nếu bạn xây dựng mối quan hệ tốt đẹp với sếp và hòa hợp với đồng nghiệp thì bạn sẽ cảm thấy công việc tiến hành dễ dàng và thuận lợi hơn.

Ngoài ra, thể hiện sự chuyên nghiệp của bạn cũng là cách để sếp đánh giá cao khả năng làm việc của bạn, như vậy bạn sẽ có thể nắm bắt được nhiều cơ hội phát triển ở công ty.

Trong công việc bạn cũng không nên quá tự mãn, hoặc tự đặt áp lực nặng cho bản thân. Tự mãn sẽ làm cho đồng nghiệp không thích bạn, tự đặt áp lực nặng cho bản thân khiến bạn cảm thấy công việc quá nặng nề và sẽ dễ dàng đánh mất sự nhiệt tình với công việc. Cả hai điều này đều không mang lại kết quả tốt cho công việc của bạn.

Các chuyên gia còn nhắc nhở, tự tin thể hiện khả năng của mình, tích cực làm việc, và thân thiết với đồng nghiệp là những điều bạn cần nên làm ; đi làm muộn, nghỉ ăn trưa quá lâu, ăn mặc xuề xòa, thường xuyên gọi điện xin nghỉ ốm v..v là những điều bạn nên tránh.

Bạn hãy nhớ rằng khi bạn nắm giữ được những điều nêu trên, bạn sẽ cảm thấy yêu thích công việc của mình, và như vậy bạn mới có thể có cơ hội làm việc lâu dài và phát triển ở công ty.

1. 是非題：請仔細聆聽並回答問題。

1.1 是

1.2 否

1.3 否

1.4 是

1.5 是

1.6 否

2. 填充題：請仔細聆聽並完成以下的句子。

2.1 tiến hành

2.2 kết quả tốt

2.3 nắm bắt được

2.4 thường xuyên

2.5 nắm giữ

第五課

D. Bài luyện tập 練習

1. 以「Do... cho nên」來修飾下列句子。

1.1 Do luyện tập nhiều tháng liền, cho nên anh ấy biểu diễn rất thành công.

1.2 Do không chuẩn bị tốt, cho nên chị ấy thiếu tự tin.

1.3 Do lần thi trước biểu hiện không tốt, cho nên lần thi này chị ấy rất cố gắng.

1.4 Do chị ấy thích xem chương trình giải trí, cho nên thường xem ti vi.

1.5 Do ca khúc này được khán giả yêu thích, cho nên các ca sĩ hay hát.

2. 請用「**không những... mà còn...**」或「**Tuy... nhưng...**」來修飾下列的句子。

2.1 Chị ấy không những hát rất hay, mà còn biểu diễn rất tốt.

2.2 Tuy ngôi sao này đã vắng bóng trên thị trường khá lâu, nhưng khán giả vẫn yêu thích anh ấy.

2.3 Chị ấy không những đạt được danh hiệu cao trong cuộc thi, mà còn được khán giả yêu thích.

2.4 Tuy ca khúc này rất hay, nhưng nghe buồn quá!

2.5 Tuy bà ấy không trẻ trung lắm, nhưng bà ấy thích làm đẹp.

2.6 Chị ấy không những rất đẹp, mà còn rất tự tin.

2.7 Ban giám khảo không những chú trọng bản sắc Việt, mà còn đánh giá cao các ca khúc mang âm hưởng dân ca.

2.8 Tuy bà ấy xa lánh ông ấy, nhưng vẫn quan tâm cuộc sống của ông ấy.

2.9 Tuy ông ấy đã thuyết phục vợ khá lâu, nhưng bà ấy vẫn không ủng hộ.

2.10 Đài truyền hình không những tổ chức các cuộc thi, mà còn bình chọn ra nhiều ngôi sao ưu tú.

3. 重組下列句子。

3.1 Việc tôi tham dự cuộc thi làm cho chị ấy rất vui.

3.2 Mẹ cho rằng việc học hành rất quan trọng với tôi.

3.3 Trước khi tham dự cuộc thi, anh ấy rất chú trọng việc luyện tập.

3.4 Khi biểu diễn đặt tình cảm vào bài hát là việc rất quan trọng.

3.5 Mẹ rất quan tâm việc chị ấy muốn kết hôn.

4. 請用 **do**（由）來修飾下列的句子。

4.1 Em ấy có thể tham gia cuộc thi là do mẹ em ấy hoàn toàn ủng hộ.

4.2 Những bài hát do ca sĩ này hát, đều được khán giả yêu thích.

4.3 Thành tích của thí sinh là do Ban giám khảo chấm điểm.

4.4 Cuộc thi Tiếng hát truyền hình là do Đài truyền hình tổ chức.

4.5 Ca sĩ này nổi tiếng là do khán giả yêu thích.

5. 請以「**... không những... mà còn... nữa**」的組合來修飾下列句子。

5.1 Tôi không những rất tự tin mà còn lạc quan nữa.

5.2 Mẹ không những yêu thương mà còn thích chăm sóc trẻ em nữa.

5.3 Ở đây bà ấy không những giàu có mà còn hạnh phúc nữa.

5.4 Ông ấy không những đã già mà còn bệnh tật nữa.

5.5 Ba của tôi không những nghiêm khắc mà còn ít nói nữa.

E. Bài trắc nghiệm　測驗

音檔內容

　　Ngày nay truyền hình là một loại hình giải trí rất phổ biến mà tất cả các khán giả từ mọi lứa tuổi đều có thể thông qua đó lựa chọn và đón xem những chương trình mà mình yêu thích.

　　Để có được một chương trình bổ ích dành cho khán giả, Đài truyền hình phải lựa chọn và xây dựng những chương trình không những phù hợp với thực tế của Việt Nam mà còn phải mang bản sắc dân tộc Việt Nam. Thông qua chương trình người xem có được sự giải trí hấp dẫn, nhưng vẫn không thiếu nét văn hóa đậm đà của Việt Nam.

　　Đài truyền hình Việt Nam trong những năm qua đã xây dựng nhiều chương trình ca nhạc dành cho các khán giả yêu thích âm nhạc, như Tiếng hát truyền hình năm 2012 là một trong những cuộc thi tiếng hát hay được nhiều khán giả đón xem.Tuy nhiên hiện nay cũng không thiếu những chương trình với cách dàn dựng nặng về kinh doanh, ít chú trọng đến yếu tố âm nhạc Việt. Trong đó điều đáng nói nhất là các cuộc thi vắng bóng những ca khúc truyền thống, ca khúc mang âm hưởng dân ca.

　　Trên thực tế một chương trình hay và có ý nghĩa là một chương trình biết kết hợp những yếu tố âm nhạc nước ngoài và yếu tố âm nhạc truyền thống, tạo dựng nên những chương trình đặc sắc và có nhiều sáng tạo, đây cũng chính là chương trình mà Đài truyền hình trong tương lai muốn hướng tới.

1. 是非題：請仔細聆聽並回答問題。

1.1 是

1.2 是

1.3 否

1.4 否

1.5 是

2. 填充題：請仔細聆聽並完成以下的句子。

2.1 mọi lứa tuổi

2.2 sự giải trí hấp dẫn

2.3 là một trong

2.4 ca khúc truyền thống

2.5 trong tương lai

第六課

D. Bài luyện tập　練習

1. 以 **khiến cho** 來修飾下列句子。

1.1 Bệnh trầm cảm khiến cho bà ấy khó ngủ, rối loạn tiêu hoá.

1.2 Vì giảm cân thái quá khiến cho chị ấy bị bệnh rồi.

1.3 Vì bị bệnh khiến cho bà ấy không ham thích thú vui giải trí gì cả.

1.4 Vì chăm bẳm hi sinh cho gia đình khiến cho bà ấy không hưởng thụ gì cả.

1.5 Sự chuyên nghiệp của bác sĩ khiến cho bệnh nhân yên tâm.

2. 請用 **đôi khi** 或 **ít khi** 填充句子。

2.1 Đôi khi

2.2 ít khi

2.3 Ít khi

2.4 Đôi khi

2.5 đôi khi

3. 以 **không... ai / không... gì / không... đâu / không...** 名詞 **+ nào... cả** 來修飾下列句子。

3.1 Hôm nay bà ấy không đi đâu cả.

3.2 Cả ngày hôm nay mẹ không ăn gì cả.

3.3 Bà ấy không nói chuyện với ai cả.

3.4 Anh ấy chỉ thích ở nhà, không muốn làm gì cả.

3.5 Em ấy rất mệt không muốn nói gì cả.

4. 重組下列句子。

4.1 Rối loạn lo âu khiến người ta khó ngủ.

4.2 Ở đây không ai gắng sức như chị ấy.

4.3 Bác sĩ nói bà ấy không có bệnh gì cả.

4.4 Không tập trung tư tưởng, hay quên khiến anh ấy không thể làm việc.

4.5 Được tư vấn kịp thời đôi khi sẽ điều trị được bệnh trầm cảm.

5. 請用 **không ai / không gì / không đâu / không 名詞 + nào... như** 來修飾下列的句子。

5.1 Không ai hiểu tôi như bà ấy.

5.2 Không ngày nào vui như hôm nay.

5.3 Không chứng bệnh nào mà phụ nữ mắc bệnh nhiều như bệnh trầm cảm.

5.4 Không đâu có nhiều bác sĩ giỏi như phòng khám đa khoa này.

5.5 Trong nhà không ai hi sinh nhiều như mẹ.

6. 請以「**niềm**」來修飾下列句子。

6.1 Ông ấy cho rằng con trai là niềm tự hào của ông ấy.

6.2 Sự thành đạt của con cái chính là niềm hạnh phúc của mẹ.

6.3 Sau khi về hưu, đọc sách là niềm vui của ông ấy.

6.4 Sự ủng hộ của gia đình mang lại niềm tin cho bà ấy.

6.5 Niềm vui lớn nhất của bà ấy bây giờ là chăm sóc gia đình.

E. Bài trắc nghiệm 測驗

音檔內容

Xin chào các bạn!

　　Ngày nay người ta nói nhiều về bệnh trầm cảm. Bệnh trầm cảm là một chứng bệnh mà mọi lứa tuổi đều có khả năng mắc phải. Một người khi bị bệnh trầm cảm có thể sẽ bị đau đầu, khó ngủ, hay quên, làm việc gì cũng cảm thấy quá nặng nhọc, lo lắng thái quá v...v. Đôi khi họ không những cảm thấy mình là một gánh nặng cho gia đình, mà còn cảm thấy có lỗi vì không lo lắng được cho gia đình.

Những người có cuộc sống bận rộn, thích gặp gỡ bạn bè tán gẫu, xem phim, đọc sách v...v thì thường không bao giờ trải qua trầm cảm. Nếu người thân bạn bè của bạn có khuynh hướng mắc bệnh trầm cảm, bạn nên bỏ nhiều thời gian để nói chuyện với họ, chăm sóc động viên họ để họ chia sẻ với bạn những lo lắng trong lòng họ. Người bị bệnh trầm cảm rất cần được người thân và bạn bè giúp họ vượt qua khó khăn. Nếu được bác sĩ tư vấn kịp thời thì bệnh trầm cảm có thể điều trị được, vì vậy hãy quan tâm và chữa chạy như những bệnh khác.

1. 是非題：請仔細聆聽並回答問題。

1.1 是

1.2 是

1.3 否

1.4 是

1.5 否

1.6 是

2. 填充題：請仔細聆聽並完成以下的句子。

2.1 đau đầu, khó ngủ

2.2 khuynh hướng

2.3 nói chuyện

2.4 chia sẻ với bạn

2.5 chữa chạy

第七課

D. Bài luyện tập 練習

1. 以 **được** 或 **bị** 來修飾下列句子。

1.1 Chiếc áo dài được đánh giá là kín đáo và gợi cảm.

1.2 Buổi tiệc hôm nay bị nhiều người đánh giá không tốt lắm.

1.3 Bà ấy thích mặc áo dài được thiết kế chít eo vừa người.

1.4 Niềm cảm hứng từ áo dài được nhiều nghệ sĩ dùng trong thơ ca, hội họa...

1.5 Anh ấy không muốn mặc chiếc áo đã bị em ấy làm dơ.

2. 請用 **cho rằng** 或 **cho thấy** 或 **cho biết** 填充句子。

2.1 cho rằng

2.2 cho thấy

2.3 cho biết

2.4 cho thấy

2.5 cho rằng

2.6 cho biết

2.7 cho rằng

2.8 cho thấy

2.9 cho biết

2.10 cho rằng

3. 重組下列句子。

3.1 Bà ấy cứ tưởng tôi là người lao động chân tay.

3.2 Chị ấy cho rằng màu trắng là biểu tượng cho sự tinh khiết của thiếu nữ.

3.3 Hôm qua ba về nhà bằng xe tắc-xi.

3.4 Áo dài được mặc trong các nghi lễ trang trọng.

3.5 Ngày mai chỉ có anh đi thôi sao?

4. 請用 **bằng** 來修飾下列的句子。

4.1 Mẹ có rất nhiều quần áo may bằng tay.

4.2 Chị ấy quyết định mua tặng anh ấy ba lô làm bằng da dê.

4.3 Anh ấy cho rằng đi Hoa Liên bằng máy bay sẽ nhanh hơn.

4.4 Bằng sự dịu dàng bà ấy đã thuyết phục được ông ấy.

4.5 Người Việt Nam chủ yếu ăn thức ăn được chế biến bằng gạo.

5. 請以 **cứ tưởng** 來修飾下列句子。

5.1 Anh ấy cứ tưởng chất lượng vải này rất tốt.

5.2 Mọi người cứ tưởng hôm nay chị ấy vui lắm.

5.3 Mẹ cứ tưởng chị ấy chưa mua áo dài mới.

5.4 Chị ấy cứ tưởng áo dài chỉ dành riêng cho phụ nữ.

5.5 Anh ấy cứ tưởng chị ấy đã ngủ rồi.

6. 請以 **chỉ .... sao?** 組合來轉換下列句子成疑問句子。

6.1 Lần này anh ấy chỉ muốn đi thành phố Đà Nẵng thôi sao?

6.2 Áo dài chỉ may bằng loại tơ tằm này sao?

6.3 Chỉ có nữ sinh trung học mặc áo dài trắng sao?

6.4 Anh ấy chỉ đến đây một mình sao?

6.5 Bữa tiệc này chỉ mời khách nước ngoài sao?

E. Bài trắc nghiệm　測驗

音檔內容

Các bạn đã nhìn thấy áo dài Việt Nam chưa?

Áo dài được xem là biểu tượng cho trang phục Việt Nam. Người phụ nữ Việt Nam rất tự hào về chiếc áo dài truyền thống, họ luôn mặc áo dài trong những dịp đại hội, nghi lễ hay trong những buổi tiệc trang trọng. Đặc biệt chiếc áo dài Việt Nam cũng không thể thiếu khi tiếp đón khách nước ngoài hoặc trong ngày cưới.

Chiếc áo dài Việt Nam được đánh giá là một trang phục vừa kín đáo vừa gợi cảm. Vì vậy khi mặc áo dài người phụ nữ trông rất thanh lịch và có sức hút kì lạ.

Ngày nay khi bạn đến Việt Nam, đâu đâu bạn cũng có dịp nhìn thấy tà áo dài thướt tha, từ nữ sinh trung học, nhân viên công ty, đến tiếp viên hàng không v...v. họ mặc áo dài khi làm việc và phục vụ.

Chiếc áo dài không chỉ dành riêng cho phụ nữ, ngày nay rất nhiều nam giới khi kết hôn chọn áo dài mặc trong lễ cưới, họ tin rằng với chiếc áo dài truyền thống sẽ làm cho lễ cưới của họ thêm trang trọng.

Nếu bạn có dịp mặc áo dài, tôi tin rằng bạn sẽ yêu thích chiếc áo dài Việt Nam.

1. 是非題：請仔細聆聽並回答問題。

1.1 是

1.2 否

1.3 是

1.4 是

1.5 否

1.6 否

2. 填充題：請仔細聆聽並完成以下的句子。

2.1 rất tự hào

2.2 vừa kín đáo

2.3 không thể thiếu

2.4 thướt tha

2.5 áo dài truyền thống

第八課

D. Bài luyện tập 練習

1. 以 **không ngờ... lại... như vậy** 來完成下列句子。

1.1 Tôi không ngờ ông ấy lại thích câu cá như vậy.

1.2 Chị ấy không ngờ tôi lại nổi tiếng như vậy.

1.3 Chị ấy không ngờ lái xe lại khó như vậy.

1.4 Không ngờ dạo này các tỉnh lân cận TPHCM lại phát triển như vậy.

1.5 Chị ấy không ngờ các tỉnh miền Tây Nam bộ lại lớn như vậy.

2. 請用 **trước đây** 或 **sau này** 填充句子。

2.1 trước đây

2.2 Trước đây

2.3 sau này

2.4 sau này

2.5 trước đây

2.6 sau này

2.7 Sau này

2.8 Trước đây

2.9 trước đây

2.10 sau này

3. 重組下列句子。

3.1 Tôi không ngờ anh ấy lại nói tôi như vậy.

3.2 Thật là thú vị biết bao khi mà có thể tự nấu nướng!

3.3 Chị ấy cảm thấy rất vất vả khi vừa làm việc vừa chăm sóc gia đình.

3.4 Sau khi trải nghiệm cuộc sống dân dã, anh ấy trở nên thích câu cá.

3.5 Trước đây anh ấy đã từng là một nông dân đích thực.

4. 請用 **tự** 來修飾下列的句子。

4.1 Mẹ cho rằng tự chế biến thức ăn cho cả nhà rất có ý nghĩa.

4.2 Tự đi du lịch một mình phải chú ý an toàn cá nhân.

4.3 Mẹ muốn em Mai phải tự làm bài tập.

4.4 Chị ấy muốn tự quyết định việc hôn nhân của mình.

4.5 Anh ấy tự trồng cây ăn trái và đào hồ nuôi tôm cá trong khu nhà vườn.

5. 請以 **trở nên** 來修飾下列句子。

5.1 Anh ấy trở nên giàu có sau khi kết hôn với người phụ nữ ấy.

5.2 Học ngoại ngữ khiến cho em ấy trở nên hoạt bát hơn.

5.3 Anh ấy cho rằng cuộc sống độc thân khiến anh ấy trở nên tự do tự tại hơn.

5.4 Sau khi làm ông chủ anh ấy trở nên bận rộn hơn rất nhiều.

5.5 Sau khi làm mẹ, chồng của chị ấy cho rằng chị ấy trở nên rất dịu dàng.

6. 請以 **vừa... vừa...** 來修飾下列句子。

6.1 Ở đây ai cũng cho rằng chị ấy vừa đẹp vừa dịu dàng.

6.2 Hôm nay mọi người đều nói bữa ẩm thực bình dân vừa ngon miệng vừa vui.

6.3 Chị ấy vừa muốn đi TPHCM du lịch vừa muốn đi Hà Nội chơi.

6.4 Khúc sông này tôm cá vừa nhiều vừa tươi ngon nhất trong khu vực sông Sài Gòn.

6.5 Mẹ không thích em vừa ăn cơm vừa xem ti vi.

E. Bài trắc nghiệm　測驗

音檔內容

Xin chào các bạn!

Bạn đã từng đi du lịch Việt Nam chưa? Thành phố Hồ Chí Minh là một thành phố mà rất nhiều khách du lịch lựa chọn để đến tham quan. Tại trung tâm thành phố Hồ Chí Minh, nơi mà người ta thường quen gọi là Sài Gòn, có rất nhiều điểm du lịch mà có lẽ bạn chưa từng khám phá.

Nếu có dịp mời bạn cùng đến trải nghiệm những chuyến du lịch thú vị ngay giữa Sài Gòn. Bạn có thể có một chuyến du lịch đường sông, tham quan nhà vườn, khu trưng bày tranh, thưởng thức những món ăn nuôi trồng ngay trong các khu nhà vườn sinh thái.

Các khu nhà vườn sinh thái sẽ cho bạn những giây phút thực sự thư giãn và thú vị với không gian, sắc thái hoàn toàn dân dã. Khi bạn đến đây bạn có thể trở thành nông dân đích thực, xắn quần đi hái rau bắt cá về chế biến, nướng trên lửa than hồng cho bữa ẩm thực bình dân nhưng ngon miệng.

Đến với khu du lịch đường sông Sài Gòn các bạn còn có dịp tham quan làng họa sĩ nằm ở khu vực ven sông, nơi đây tập trung nhiều tác phẩm điêu khắc, sơn dầu, sơn mài, thư pháp... của các nghệ sĩ nổi danh.

Chúng tôi tin rằng Khu du lịch đường sông Sài Gòn tại thành phố HCM sẽ mang lại cho bạn nhiều điều thú vị và những khám phá đầy bất ngờ.

1. 是非題：請仔細聆聽並回答問題。

1.1 是

1.2 否

1.3 是

1.4 是

1.5 否

1.6 是

2. 填充題：請仔細聆聽並完成以下的句子。

2.1 thường quen gọi

2.2 trải nghiệm

2.3 thực sự thư giãn

2.4 đường sông Sài Gòn

2.5 thưởng thức những món ăn

第九課

D. Bài luyện tập　練習

1. 放 **Bất cứ** 在句首來修飾下列句子。

1.1 Bất cứ nơi nào anh ấy cũng đều không muốn chị ấy đi cả.

1.2 Bất cứ cái gì họ cũng đều không giấu giếm nhau.

1.3 Bất cứ khó khăn gì trong cuộc sống chị ấy cũng đều tìm cách khắc phục.

1.4 Bất cứ việc gì trong gia đình anh ấy cũng đều không để người bạn đời lo toan.

1.5 Khi có bất cứ phiền muộn gì, chị ấy cũng đều chia sẻ với chồng.

2. 請用 **được xem là** 或 **được gọi là** 填充句子。

2.1 được xem là

2.2 được gọi là

2.3 được xem là

2.4 được xem là

2.5 được gọi là

2.6 được gọi là

2.7 được xem là

2.8 được gọi là

2.9 được xem là

2.10 được xem là

3. 重組下列句子。

3.1 Bất cứ người phụ nữ nào cũng muốn có hôn nhân hạnh phúc.

3.2 Cả tuần nay ông ấy bận bù đầu thậm chí không có thời gian ngủ.

3.3 Tuy chưa kết hôn nhưng anh ấy đã xem chị ấy như là vợ.

3.4 Con đường công danh của anh ấy được xem là thuận lợi nhất.

3.5 Cho dù anh ấy có nói gì đi nữa thì vợ anh ấy cũng không đồng ý.

4. 請用 **xem (coi)... như là** 來組合下列的句子。

4.1 Anh ấy xem (coi) người bạn đời như là chỗ dựa tin cậy.

4.2 Chị ấy xem (coi) hôn nhân gia đình như là trọng tâm cuộc sống.

4.3 Chị ấy xem (coi) sự thi vị trong hôn nhân như là một điều cần thiết.

4.4 Bà Lan xem (coi) mọi người trong gia đình tôi như là người thân của bà ấy.

4.5 Ông Nam xem (coi) sự ôm đồm của bà Lan như là mồi lửa thổi bùng sự mâu thuẫn trong gia đình.

5. 請以 **thậm chí** 來修飾下列句子。

5.1 Anh Tuấn tước bỏ mọi thú vui của vợ, thậm chí cũng không cho chị ấy đi đâu cả.

5.2 Đối với chị Hồng thì anh Vinh là người chồng tốt, thậm chí còn rất hoàn hảo nữa.

5.3 Bà Lan chê bai chị ấy hết lời, thậm chí còn bới móc đời tư của chị ấy.

5.4 Ông Nam rất coi trọng chị ấy, thậm chí còn xem chị ấy như là chỗ dựa tin cậy nhất.

5.5 Anh Vinh bận bù đầu cả ngày thậm chí còn phải tăng ca đến tối.

6. 請以 **cho dù... đi nữa... thì** 來修飾下列句子。

6.1 Cho dù bà Lan khá giả tới đâu đi nữa thì bà ấy vẫn rất tần tiện.

6.2 Cho dù cuộc sống thiếu hụt thế nào đi nữa thì chị ấy vẫn muốn có hôn nhân lãng mạn.

6.3 Cho dù chị ấy hạnh phúc đến đâu đi nữa thì mọi người vẫn thấy chị ấy lo âu phiền muộn.

6.4 Cho dù anh ấy cầu hôn bao nhiêu lần đi nữa thì chị ấy vẫn khước từ.

6.5 Họ nói cho dù em ấy dựa dẫm ai đi nữa thì em ấy cũng khó mà thành công.

E. Bài trắc nghiệm　測驗

音檔內容

　　Ngày nay tỷ lệ hôn nhân dang dở ngày càng cao, nguyên nhân dẫn đến hôn nhân đổ vỡ thì có rất nhiều. Ngoài những lý do mà chúng ta thường nghe thấy, như không hợp tính tình nhau v...v, thì các chuyên gia còn cho biết, những cuộc hôn nhân không thực tế, như đòi hỏi người bạn đời quá hoàn hảo và lãng mạn hoặc hôn nhân mà trong đó có một bên hoặc cả hai quá tần tiện hay quá bận rộn mà không nghĩ đến cảm nghĩ của người kia thì cũng dễ dẫn đến sứt mẻ. Các chuyên gia còn cho biết thêm, để có một hôn nhân hạnh phúc thì cả hai phải tin tưởng nhau, phải biết sống vì nhau và phải xem người bạn đời như là chỗ dựa tin cậy. Nếu một hôn nhân mà dựa dẫm quá nhiều vào sự giúp đỡ của cha mẹ hoặc ý kiến của người ngoài; hay để thu hút sự chú ý và chăm sóc của người bạn đời mà cứ giả bệnh thì sẽ làm cho người bạn đời mệt mỏi, phiền muộn, như vậy cũng dễ dẫn đến đổ vỡ. Bạn hãy nhớ rằng, nếu bạn có một gia đình hạnh phúc thì trong công việc bạn cũng sẽ dễ thành công hơn.

1. 是非題：請仔細聆聽並回答問題。

1.1 是

1.2 是

1.3 否

1.4 否

1.5 是

1.6 是

2. 填充題：請仔細聆聽並完成以下的句子。

2.1 đổ vỡ

2.2 quá bận rộn

2.3 chỗ dựa tin cậy

2.4 người bạn đời

2.5 nhớ rằng

第十課

D. Bài luyện tập 練習

1. 以 **Hễ (Cứ)... là** 來修飾下列句子。

1.1 Hễ (Cứ) gặp chị ấy là tôi không biết nói gì cả.

1.2 Hễ (Cứ) đi trẩy hội là chị ấy thức dậy sớm.

1.3 Hễ (Cứ) có tiền là anh ấy mời tôi đi ăn cơm.

1.4 Dạo này hễ (cứ) nghỉ phép là anh ấy đi thăm ba mẹ.

1.5 Hễ (Cứ) có con là phụ nữa lại bận rộn hơn.

2. 請用 **hàng trăm quyển sách**、**hàng chục ngôi nhà**、**hàng nghìn năm**、**hàng triệu Đài tệ**、**hàng vạn cây xanh**、**hàng chục khách hàng**、**hàng tỷ đồng**、**hàng nghìn thứ**、**hàng trăm bài hát**、**hàng vạn người** 填充句子。

2.1 hàng nghìn năm

2.2 hàng chục ngôi nhà

2.3 hàng triệu Đài tệ

2.4 hàng trăm quyển sách

2.5 hàng nghìn thứ

2.6 hàng trăm bài hát

2.7 hàng tỷ đồng

2.8 hàng vạn cây xanh

2.9 hàng chục khách hàng

2.10 hàng vạn người

3. 重組下列句子。

3.1 Hễ gặp tôi là anh ấy mời uống cà phê.

3.2 Có phải anh là người Việt Nam không?

3.3 Chị ấy rất yêu anh, hèn gì nói anh là điểm tựa tinh thần của chị ấy.

3.4 Bà ấy đã về hưu rồi, thảo nào không thấy bà ấy ở công ty nữa.

3.5 Có hàng nghìn người đang cần việc làm.

4. 請用 **Có phải... không?** 來完成下列的句子。

4.1 Có phải họ cho rằng cần phải tôn vinh bản sắc văn hoá dân tộc không?

4.2 Có phải anh ấy nói tinh thần đoàn kết rất quan trọng không?

4.3 Có phải mẹ là điểm tựa tinh thần của em không?

4.4 Có phải thế hệ trẻ ngày nay cũng quan tâm đến việc thờ cúng tổ tiên không?

4.5 Có phải anh ấy hiểu về văn hóa lịch sử Việt Nam không?

5. 請以 **hèn gì / thảo nào** 來修飾下列句子（可以去除不必要的詞）。

5.1 Ông ấy có nhiều con, hèn gì (thảo nào) vất vả như vậy.

5.2 Bà ấy có rất nhiều tiền, hèn gì (thảo nào) không cần làm gì cả.

5.3 Chị ấy chia tay với bạn trai rồi, hèn gì (thảo nào) đi chơi một mình.

5.4 Chị ấy biết nói nhiều ngoại ngữ, hèn gì (thảo nào) thích đi du lịch.

5.5 Ba phải tăng ca nhiều ngày, hèn gì (thảo nào) cảm thấy mệt mỏi.

6. 請以 **hễ** 或 **hèn gì** 來填充下列句子。

6.1 hễ

6.2 Hễ

6.3 hèn gì

6.4 hèn gì

6.5 hèn gì

E. Bài trắc nghiệm 測驗

音檔內容

　　Trong truyền thuyết của người Việt Nam, vua Hùng là người có công dựng nước, cho nên hàng năm vào tháng ba âm lịch người dân đều đến đền Hùng trẩy hội. Người dân Việt Nam đến đền Hùng không chỉ cầu nguyện mưa thuận gió hòa mà còn thể hiện lòng biết ơn tổ tiên và ý thức tôn vinh công lao dựng nước của các vua Hùng. Trên lãnh thổ Việt Nam có hơn một nghìn nơi thờ cúng vua Hùng, mỗi năm lễ hội Hùng Vương được tổ chức rất long trọng, và nhân dân cả nước đều hướng về cội nguồn tổ tiên của mình, người dân Việt Nam xem mình là con rồng cháu tiên, nòi giống Lạc Hồng, họ tự hào và biết ơn tổ tiên của họ.

Ngày nay thế hệ trẻ Việt Nam cũng rất quan tâm đến việc thờ cúng tổ tiên, họ thường cùng cha mẹ cúng bái tổ tiên và đi trẩy hội đền Hùng, họ cho rằng đây không chỉ là một hoạt động tâm linh đơn thuần mà đã trở thành một bản sắc văn hóa của cộng đồng người Việt Nam.

1. 是非題：請仔細聆聽並回答問題。

1.1 是

1.2 否

1.3 否

1.4 否

1.5 是

1.6 是

2. 填充題：請仔細聆聽並完成以下的句子。

2.1 tổ tiên

2.2 tôn vinh

2.3 con rồng cháu tiên

2.4 thế hệ trẻ

2.5 hoạt động tâm linh

第十一課

D. Bài luyện tập　練習

1. 以 **Ai mà** 或 **Ai mà không** 來修飾下列句子。

1.1 Ai mà không biết chị ấy đổi nhà mới.

1.2 Ai mà biết chỗ đỗ xe ở đâu.

1.3 Ai mà không muốn mua căn hộ có thang máy.

1.4 Ai mà không hỏi chị ấy làm thế nào để mua nhà cao cấp giá rẻ.

1.5 Ai mà dám đầu tư nhà ở khu nhà này.

2. 請用 **biết đâu** 或 **làm sao mà** 填充句子。

2.1 biết đâu

2.2 làm sao mà

2.3 làm sao mà

2.4 biết đâu

2.5 làm sao mà

2.6 Biết đâu

2.7 Làm sao mà

2.8 biết đâu

2.9 làm sao mà

2.10 làm sao mà

3. 重組下列句子。

3.1 Anh ấy đâu muốn nói cho tôi biết đâu.

3.2 Ở đây ông Nam chỉ quen biết mỗi mình tôi thôi.

3.3 Bao giờ anh ấy cũng thích nói về căn hộ mới của mình.

3.4 Ai mà không biết bà ấy là người giàu nhất trong khu này.

3.5 Anh nên hỏi chị ấy biết đâu chị ấy sẽ dạy anh cách đầu tư nhà.

4. 請用下列詞彙（**nói、hiểu、mua、mời、ăn mặc**）來填充以下的句子。

4.1 mua

4.2 mời

4.3 nói

4.4 ăn mặc

4.5 hiểu

5. 請以 **chỉ... mỗi** 來修飾下列句子。

5.1 Đi xem nhà khắp nơi, ông ấy chỉ ưng ý mỗi khu nhà cao tầng này.

5.2 Bà ấy càng già thì chỉ thích mỗi việc trò chuyện với con cháu.

5.3 Chị ấy chỉ hài lòng về mỗi phong cách kiến trúc của tòa nhà này.

5.4 Em ấy không tự tin lắm vì chỉ biết mỗi một ngoại ngữ thôi.

5.5 Anh Tuấn cảm thấy mệt mỏi vì hôm qua chỉ ngủ mỗi 5 tiếng thôi.

6. 請以 **đâu** 或 **biết đâu** 來填充下列句子。

6.1 đâu

6.2 đâu

6.3 biết đâu

6.4 biết đâu

6.5 đâu

E. Bài trắc nghiệm　測驗

音檔內容

　　Mua nhà luôn luôn là một vấn đề quan trọng trong cuộc đời mỗi người. Sau khi kết hôn ai cũng muốn có một căn nhà cho riêng mình, tìm một căn nhà với nhiều lợi thế không phải là dễ dàng.

　　Nếu bạn muốn có một căn hộ lý tưởng ở trung tâm thành phố với một phong cách kiến trúc hiện đại, có vườn cây được bố trí xen kẽ xung quanh tòa nhà và những trang thiết bị chất lượng cao như: sàn nhà lát gỗ công nghiệp cao cấp, hệ thống cửa đi là gỗ tự nhiên, chất liệu sơn bề mặt, thiết bị vệ sinh, thiết bị điện, đều được lựa chọn từ những sản phẩm của các thương hiệu uy tín và đặc biệt là hệ thống thang máy tốc độ cao nhằm đảm bảo nhu cầu giao thông của cư dân trong Tòa nhà được nhanh chóng và thuận tiện nhất... thì bạn phải chuẩn bị một số tiền lớn và phải bỏ nhiều thời gian để đi tham quan các khu nhà mới để so sánh và tìm cho mình một căn hộ thích hợp.

　　Việc mua nhà là việc mất nhiều thời gian và sức lực, không giống như việc mua quần áo, vì vậy bạn phải lựa chọn kỹ càng để có thể tìm được một nơi sống vui vẻ và thoải mái.

1. 是非題：請仔細聆聽並回答問題。

1.1 是

1.2 是

1.3 否

1.4 否

1.5 是

2. 填充題：請仔細聆聽並完成以下的句子。

2.1 riêng mình

2.2 kiến trúc

2.3 nhu cầu giao thông

2.4 sức lực

2.5 lựa chọn kỹ càng

第十二課

D. Bài luyện tập 練習

1. 以 **Dẫu sao... cũng** 或 **Dẫu sao... vẫn** 來修飾下列句子。

1.1 Anh ấy lo ngại không thể làm cho chị ấy hạnh phúc, nhưng dẫu sao chị ấy vẫn muốn kết hôn với anh ấy.

1.2 Dù bà ấy hơi lạnh nhạt, nhưng dẫu sao mẹ vẫn thích nói chuyện với bà ấy.

1.3 Hôm nay anh Nam không thể xem cúp bóng đá, nhưng dẫu sao anh Nam cũng không thích thức khuya xem truyền hình trực tiếp.

1.4 Dù đội nhà chưa chuẩn bị tốt, nhưng dẫu sao họ vẫn cổ vũ cho đội nhà.

1.5 Tuy tôi đã tha thứ cho anh ấy rồi, nhưng dẫu sao tôi cũng không muốn gọi cho anh ấy trong lúc tâm trạng không vui thế này.

2. 請用 **chứ không** 或 **chứ chưa** 填充句子。

2.1 chứ không

2.2 chứ không

2.3 chứ chưa

2.4 chứ chưa

2.5 chứ không

2.6 chứ chưa

2.7 chứ không

2.8 chứ không

2.9 chứ không

2.10 chứ chưa

3. 重組下列句子。

3.1 Anh ấy là một vận động viên xuất sắc đấy!

3.2 Trước đây ông ấy vốn là một quan chức ngành thể thao đấy!

3.3 Mặc dù rất tự tin nhưng cuối cùng anh ấy vẫn bỏ cuộc đấy!

3.4 Anh ấy là bạn của tôi chứ không phải bạn trai của tôi.

3.5 Trước đây cả tôi lẫn anh ấy đều thích xem chương trình thể thao.

4. 請用 **vốn** 來修飾下列的句子。

4.1 Mẹ vốn là người thích leo núi.

4.2 Con trai của ông ấy vốn là vận động viên thể thao.

4.3 Mẹ vốn muốn em Mai phải tập thể dục mỗi ngày.

4.4 Chị ấy vốn đã sẵn sàng tham gia cuộc thi.

4.5 Anh Hùng vốn đã quyết định chinh phục trái tim chị Hương.

5. 請以 **mặc dù... nhưng** 來修飾下列句子。

5.1 Mặc dù được mọi người khẳng định nhưng chị Hương vẫn không tự tin.

5.2 Mặc dù rất cố gắng nhưng anh Tuấn vẫn không chinh phục được chị Lan.

5.3 Mặc dù không có nhiều tiền nhưng ông ấy vẫn muốn mua nhà ở trung tâm thành phố.

5.4 Mặc dù đã đạt tới mục tiêu nhưng anh ấy vẫn không hài lòng.

5.5 Mặc dù mẹ đã giải thích nhưng chị ấy vẫn không hiểu.

6. 請以 **cả... lẫn** 來修飾下列句子。

6.1 Cả kênh VTV 3 lẫn VTV4 đều phát sóng trận thi đấu bóng chày.

6.2 Cả hôm nay lẫn ngày mai chúng ta đều phải luyện tập.

6.3 Cả ba lẫn mẹ đều muốn tôi thường xuyên tập thể dục.

6.4 Cả khả năng của tôi lẫn anh ấy đều được mọi người khẳng định.

6.5 Bà ấy hy vọng cả con gái lẫn con trai đều có mục tiêu phấn đấu chung.

E. Bài trắc nghiệm　測驗

音檔內容

Xin chào các bạn!

Dạo này bạn có đón xem chương trình thể thao không? Chắc bạn biết rằng đội thể thao Việt Nam đang tích cực luyện tập để chuẩn bị cho SEA Games 2019. Mặc dù hai môn thể dục dụng cụ và đấu kiếm là hai môn thế mạnh của đội thể thao Việt Nam có thể sẽ bị loại khỏi chương trình thi đấu, nhưng các quan chức trong ngành thể thao vẫn khẳng định đội thể thao Việt Nam có đủ sức và sự tự tin lọt vào tốp 3 chung cuộc. Đây là một điều khiến cho các khán giả ủng hộ nhiệt tình cho đội thể thao Việt Nam vô cùng phấn khởi.

Ngay từ đầu năm các vận động viên của Việt Nam đã được tập trung và lao vào luyện tập, hội nghị cũng triển khai một kế hoạch chu đáo cho cuộc chinh phục đấu trường SEA Games. Đội thể thao Việt Nam trong mười mấy năm qua luôn đứng trong vị trí 3 nước đứng đầu, vì vậy lần này họ cũng sẽ cố gắng giữ lấy vị trí này, họ sẵn sàng cạnh tranh ngôi đầu với bất kỳ một đối thủ nào.

Các bạn yêu thích thể thao xin hãy cho đội thể thao Việt Nam một sự ủng hộ lớn nhất. Dẫu chỉ là sân chơi ở tầm khu vực nhưng thành công tại SEA Games luôn có ý nghĩa quan trọng trong sự phát triển cũng như các tham vọng ra biển lớn của thể thao nước nhà.

1. 是非題：請仔細聆聽並回答問題。

1.1 是

1.2 否

1.3 否

1.4 是

1.5 是

1.6 否

2. 填充題：請仔細聆聽並完成以下的句子。

2.1 thế mạnh

2.2 khẳng định

2.3 vận động viên

2.4 cạnh tranh ngôi đầu

2.5 tầm khu vực

參考資料

參考網頁

http://baohungyen.vn/xa-hoi/201008/Can-hieu-dung-ve-dinh-duong-cua-mi-
    tom-104808/

https://ngoisao.net/gia-dinh/chuyen-quy-den-va-hanh-phuc-gia-dinh-2565320.html

http://vn.news.yahoo.com

https://dulich.tuoitre.vn/kham-pha-mot-goc-khac-cua-sai-gon-524983.htm

https://tuoitre.vn/nhung-kieu-hon-nhan-de-do-vo-93865.htm

http://www.vinacomin.vn/tap-chi-than-khoang-san/tin-nguong-tho-cung-hung-vuong-
    ban-sac-van-hoa-cua-nguoi-viet-4288.htm

https://enternews.vn/chinh-thuc-mo-ban-du-an-spring-home-28313.html

https://www.24h.com.vn/the-thao/the-thao-vn-dat-muc-tieu-bao-nhieu-hcv-sea-games-
    mon-nao-la-mui-nhon-c101a1093639.html

參考書籍

陳凰鳳（2014）《12 堂越南語必修課程》 （統一出版社）

陳凰鳳（2018）《越南語趴趴 Go》　　　（統一出版社）

Nguyễn Thiện Giáp（2013）《Từ vựng trong tiếng Việt》（越南教育出版社）

參考辭典

Trần Văn Chánh（2001）《Từ điển Hán Việt_Hán ngữ cổ đại và hiện đại》（胡志明市青春出版社）

GS.Hoàng Phê （2016）《Từ điển tiếng Việt》（越南鴻德出版社）

國家圖書館出版品預行編目資料

進階外語 越南語篇 / 陳凰鳳著
-- 初版 -- 臺北市：瑞蘭國際, 2020.11
264面；19 x 26公分 --（外語學習系列；86）
ISBN：978-986-5560-02-7（平裝）
1.越南語 2.讀本

803.798   109015153

外語學習系列 86

進階外語 越南語篇

作者｜陳凰鳳
責任編輯｜葉仲芸、王愿琦
校對｜陳凰鳳、葉仲芸、王愿琦

越南語錄音｜陳凰鳳、Võ Đức Thắng（武德勝）
錄音室｜純粹錄音後製有限公司
封面設計｜陳如琪
版型設計｜陳如琪、劉麗雪
內文排版｜方皓承、陳如琪
美術插畫｜Syuan Ho

瑞蘭國際出版

董事長｜張暖彗・社長兼總編輯｜王愿琦
編輯部
副總編輯｜葉仲芸・副主編｜潘治婷・文字編輯｜鄧元婷
美術編輯｜陳如琪
業務部
副理｜楊米琪・組長｜林湲洵・專員｜張毓庭

出版社｜瑞蘭國際有限公司・地址｜台北市大安區安和路一段104號7樓之一
電話｜(02)2700-4625・傳真｜(02)2700-4622・訂購專線｜(02)2700-4625
劃撥帳號｜19914152 瑞蘭國際有限公司
瑞蘭國際網路書城｜www.genki-japan.com.tw

法律顧問｜海灣國際法律事務所　呂錦峯律師

總經銷｜聯合發行股份有限公司・電話｜(02)2917-8022、2917-8042
傳真｜(02)2915-6275、2915-7212・印刷｜科億印刷股份有限公司
出版日期｜2020年11月初版1刷・定價｜550元・ISBN｜978-986-5560-02-7

瑞蘭國際